ÒWE L'ẸSÍN ỌRỌ

YORUBA PROVERBS

ISAAC O. DELANO

First Published by

IBADAN OXFORD UNIVERSITY PRESS © 1966

Reprinted by NEO BOOKS © 2015

NEOANCESTORIES@GMAIL.COM

ISBN: 979-8-89693-077-8

Book is currently available in Open domain.

CONTENTS

By the same author

Iran Ọrun

Atumọ Èdе Yoruba (Yoruba Dictionary with a Short Grammar)

Àgbékà Ọrọ Yoruba (Appropriate Words and Expressions in Yoruba)

ÒWE L'ẸSÍN ỌRỌ
YORUBA PROVERBS—
Their Meaning and Usage

by

ISAAC O. DELANO

FOREWORD

CHIEF I. O. DELANỌ has made valuable contributions to the development of Yoruba Literature. His deep interest in the language, and in the preservation of much that is valuable in our language and culture, has inspired him to constant research and tireless writing.

In the present volume, Chief Delanọ has joined forces with others who have turned the searchlight of research on a repository of Yoruba philosophy, namely Yoruba proverbs.

The value of proverbs is epitomised in this Yoruba proverb: 'Òwe l'ẹsin òrọ; bi òrọ ba nu, òwe ni a fi nwa a', meaning 'A proverb is a horse which can carry you swiftly to the discovery of ideas sought'.

This 'horse' is being constantly pressed into the service of elders during deliberations in council and at home settling disputes. A relevant proverb throws light on the subject and drives points home.

Chief Delanọ's treatment of proverbs must be a great help to students of Yoruba. He gives not only the meaning of each proverb but describes the appropriate situation for its use.

He has taken very great pains in making both the meaning and the use quite clear. I commend this book to the use of all who are interested in the study of Yoruba literature and philosophy. I am sure that they

1

will find that a study of it will pay handsome dividends.

S. A. BANJỌ, B.A.,
Principal, St. Luke's College,
Ibadan

ACKNOWLEDGEMENT

I should like to acknowledge
my indebtedness to the REV. R. C. ROWLANDS,
Lecturer in West African Languages,
School of Oriental and African Studies,
London, for his help in the preparation
of this book, more particularly in the
English translations and explanations.

I. O. DELANỌ

INTRODUCTION

THE PROVERBS contained in this collection have been written down over the years as I heard them used by Yoruba speakers. They are now published with English translations and notes on their use, in the belief that such a book will be useful to many of the younger generation who are ignorant of much of the traditional lore of their people. In Yoruba Society no one can be considered educated or qualified to take part in communal discussions unless he is able to quote the proverbs relevant to each situation.

'Òwe l'ẹṣin òrọ, bi òrọ ba sọnù òwe ni a fi nwa a.' (A proverb is the 'horse' of words; if a word is lost, a proverb is used to find it.) It is, perhaps, unnecessary to do more than point to a Yoruba proverb itself to demonstrate the importance in Yoruba life of the apt usage of an appropriate proverb.

The translations of the proverbs follow the Yoruba wording fairly closely, except where the difference of idiom between the two languages is so great as to make a literal translation meaningless. The English comments, however, are usually paraphrases, not translations of the Yoruba.

There is hardly an examination in Yoruba which does not contain questions, in one form or another, on Yoruba proverbs, because these form the main structural materials of the language. Appropriate and correct usage of proverbs is important in Yoruba life.

This book is, therefore, particularly intended to help students sitting for examinations in Yoruba to improve their standard of performance.

The translations and situations given are not the only ones possible nor indeed are they exhaustive.

ISAAC O. DELANỌ

1

ADVICE (ÌMÒRÀN)

1. A já 'ni l'aiya bi ailowo lọwọ; ailowo baba ìjaiya.
Translation: Something which frightens us like lack of money - lack of money is the arch-frightener.
Lílò: Ìmọran fun ẹni ti ko toju owo pe bi ko ba ni owo ni ipamọ nigbati inawo ba kan a yio damu, ọkan rẹ̀ ki yio si balẹ̀.
Use: One should realise that financial security is one of the greatest benefits in life; if a man's finances are stable, there are few things that can upset him.

2. A ki ifi ẹjẹ dudu sinu ki a tu itọ funfun jade.
Translation: One does not have black blood inside and spit out white saliva. (In Yoruba, as in English, 'black blood' stands for hatred.)
Lílò: Ìmọran pe o sàn ki a sọ ohun ti a ni l'ọkan nipa ẹni kan tabi ọrọ kan ju ki a mã sọrọ didun l'ẹnu nigbati ibinu wa ninu wa, tabi ti ero wa yatọ nipa ọran na.
Use: It is better to speak one's mind rather than dissemble one's feelings. It is not good to pretend to love someone we hate.

3. A ki igba àkàkà l'ọwọ akítì; a ki igba ile baba ẹni l'ọwọ ẹni.
Translation: You cannot cure a monkey of squatting;

7

you cannot take a man's ancestral home away from him.

Lílò: Ìmọran pe ki a ṣọra nitori oniwa tabi oniṣẹ ko le fi iwa tabi iṣẹ rẹ̀ silẹ.

Use: A person cannot reform his character. 'The leopard cannot change his spots.'

4. A ki igbe odò jiyán bi ọṣẹ ho tabi ko ho.

Translation: One does not argue at the side of the stream whether a soap lathers or not, (since it can be tested with the water).

Lílò: Ìmọran pe ko to lati jiyan lori ohun ti a le wadi, ki a si ridi rẹ̀; o san ki a wadi ohun ti iṣe otitọ nipa ohun kan ju ki a mã jiyan nipa rẹ̀.

Use: There is no need to argue when there is a way of proving the matter; it is better to prove the truth of a matter than argue about it.

5. A ki ipe 'ni l'ole ki a mã gbe ọmọ ẹran ṣire.

Translation: One who is suspected of being a thief should not pick up a young domestic animal to play with it.

Lílò: Ìmọran fun ẹni ti o mọ pe a fura si on nipa ọran kan, ki o yẹra lati ṣe ohunkohun ti yio mu awọn ti o fura si i ro pe ero wọn nipa rẹ̀ jana.

Use: Anyone who knows that he is suspected of an offence should not behave in such a way that those who suspect him know that he is, in fact, guilty of an offence.

6. A ki iru ẹran erin l'ori ki a mã fi ẹsẹ tan iho irè nilẹ.

Translation: One does not carry elephant meat on the head and try to turn up a cricket's hole with the foot.

Lílò: Ìmọran pe ki a ma huwa li ọna ti a le titori ohun kekere pàdanu ohun nla; nigbati a wa ni aye pataki ki a ma titori ohun ti ko nilari sọ aye na nu.

Use: One should not risk losing something important for the sake of something unimportant.

7. A ki isọ pe a o bẹ ẹni kan lori loju ọmọde, lẹrun-lọrun ni imã wo oluwarè.

Translation: One does not say in the presence of a child that someone is going to be beheaded; the child, when next he sees the man, will be looking at his neck.

Lílò: Ìmọran pe ko to lati mã sọrọ ẹlomiran li aida loju enia, nitori awọn ti o gbọ ọrọ na yio mã fura si ẹni ti a sọrọ nipa rè.

Use: It is best not to repeat rumours about a person, as those who hear the rumour will begin to look askance at him.

8. A ki nti oju onika mẹsan ka a.

Translation: The fingers of the man who has only nine instead of ten are not counted in his presence.

Lílò: Ìmọran pe ki a yẹra lati ṣe ohun ti yio bi ẹlomiran ninu tabi ki a ba a ninujẹ loju rè.

Use: One should always have due regard for the feelings of others. When anything unusual is noticed about a person – in his appearance, speech or conduct – it is bad manners to comment on this in his presence.

9. A nju wọn ko ṣe wi l'ẹjọ, ija ilara ko tan bòrò.

Translation: 'We are superior to them' cannot be quoted as an argument in complaint or in court; a quarrel due to envy is not settled by the passage of time.

Lílò: Ìmọran pe ki a ṣọra nitori nigbati a ba nṣe aṣeyọri, ọmọ-araiye yio korira wa bi nwọn ko tilẹ le sọ.

Use: This is advice to a man who is getting on in the world and whose contemporaries are therefore envious of him; he is advised to be careful to avoid misunderstandings with his friends on this account.

10. Abiyamọ ọta agan, ẹni nṣiṣẹ ọta ọlẹ.

Translation: A mother arouses envy in a woman who has no child of her own; one who is working hard arouses enmity in a lazy man.

Lílò: Ìmọran pe ki a ma gbe aṣeyọri wa lori nitoripe, bi apẹrẹ, ọlẹ ko ni fẹran oṣiṣẹ enia, bẹni ẹni ẹhin ko ni fẹran ẹni iwaju.

Use: A lazy man will not wish a hardworking man well; a man in a low position will be envious of a man in a higher position.

11. Agbà ko l'owo a ni ko gbọn; olowo nṣe bi ọba l'oko.

Translation: The elder who has no money is considered to be unwise; one who has money is like a king in the village.

Lílò: Ìmọran fun agbalagba pe ki o mọ iwọn ara rẹ̀; agbalagba ti ko l'owo yẹ ki o ṣọra nipa dida si ọran nitori nigbati ọran ba di owo dida, ko ni ri da, nipa bẹ olowo ti o ka ara rẹ̀ kun pataki yio ri i fin.

Use: Elders who have little money should be careful how they act in matters which call for subscriptions or gifts of money; because the advice, however valuable, of one who cannot pay his share is ignored. The man who has money is privileged to give advice although he may not be particularly wise. People will listen to him because, if it is a case of spending money, he will be able to produce the necessary cash.

12. Àgbà ti o jẹ ajẹtan ońjẹ ni yio ru igbá rẹ̀ de ile.

Translation: The elder who eats all his food will carry his load by himself. (When an elder and a boy are eating together from the same plate, the elder will leave some of the food on the plate for the boy who will wash the plate. If he eats all the food, the boy will wash the plate, but he will be very reluctant to carry the elder's empty basket on their way to the farm.)

Lílò: Ìmọran pe bi a ba fẹ jẹ ẹni ti a nyẹsi, o yẹ ki a lawọ, ki a si jẹ oninurere si ọpọlọpọ enia.

Use: If you want to be honoured and respected it is necessary to be kind to those who are subordinate to you.

13. Aide iku ni a nsọ àjà mọrun; bi iku ba de, aja a sọnu; a gbe alájà lọ raurau.

Translation: It is when death has not come to a patient that àjà on his neck is effective, but when he is actually due to die, the àjà will become useless and death will take away the life of the patient even with àjà on his neck. (Àjà is juju to prevent death.)

Lílò: Ìmọran pe nigbati atunṣe ba wa ki a tiraka ṣe atunṣe na, nitoriti nigbati ohun ba ti pẹ ju ko si atunṣe mọ.

Use: When there is a remedy for a situation, one should endeavour to improve things. It is pointless to try to apply a remedy when it is too late.

14. Àjèjé ọwọ kan ko gbe igbá de ori.

Translation: A single hand cannot lift the calabash to the head.

Lílò: Ìmọran pe o san nigbamiran ki ẹni meji sọ ọwọ pọ lati ṣe ohun kan ju ki ẹni kan ṣe e; apẹrẹ isọwọpọ bayi bi lãrin ọkọ ati aya lati tọ ọmọ wọn.

Use: One should always seek help in doing a task which cannot be done single-handed; there are many things which two can do better than one. This is especially true of the training of children which needs the co-operation of husband and wife.

15. Alagbara má mọ ero baba ọlẹ.

Translation: The thoughtless strong man is the chief among lazy men.

Lílò: Ìmọran pe rironu ati ṣiṣe etò jẹ pataki ki a to dawọle iṣẹ kan tabi ohunkohun ti o ṣe pataki.

Use: However hardworking a man may be, if he does not think and plan carefully, all his efforts will come to nothing and he will be no better off than a lazy man who has not worked at all.

16. Alagẹmọ ni on bimọ on na, aimọjó ku s'ọwọ rẹ̀.

Translation: The Agẹmọ dancer said that he had done all he could for his child; if he does not know how to dance, that will be his fault. Agẹmọ is a god which dances with a mat wrapped round it. The handling of the mat makes the dancing difficult and requires considerable training and practice. Agẹmọ trains his child to dance from an early age (little Agẹmọs are common), and if after training and practice from youth for several years, an adult Agẹmọ does not know how to dance, the father Agẹmọ says, in this proverb, that it will be his responsibility. As part of the ritual a small Agẹmọ appears – as if born – from under the mat of the adult Agẹmọ, and then proceeds to dance on his own.

Lílò: Ìmọran fun ọdọ pe niwọn igba ti obi tabi aṣiwaju ba ti ṣe ojuṣe rẹ̀ lati ṣe iranlọwọ ti o yẹ, bi ọdọ na ko ba lo anfàni na ti a fun u dada ẹbi ara rẹ̀ ni.

13

Use: Children must realise that once a father has done his duty towards a child, such as giving him education, it will be the child's own fault if he does not do well in life.

17. Alẹ ti ko ti oju ẹni lẹ, a ki imọ okunkun rẹ̀ irin.

Translation: If night does not fall in one's presence, it will be difficult to walk in its darkness (i.e. one can only walk easily in darkness a road which one has come to know in daylight).

Lílò: Ìmọran pe ki a ṣọra ki a to da si ọran ti ko bẹrẹ loju ẹni.

Use: One should not interfere in a matter where one is not conversant with the details. It is dangerous to get involved in something in which we were not initially concerned.

18. Apa l'ara, igbọnwọ ni iyekan; bi a o ri ẹni fẹhinti bi ọlẹ li a nri; bi a ko ri ẹni gbojule, a tera mọ iṣẹ ẹni.

Translation: A man's arms are his relatives, his elbows are his brothers and sisters; if we find no one to lean on, we are like a lazy man; if we find no one to rely on, we apply ourselves to our work.

Lílò: Ìmọran fun ẹni ti nreti iranlọwọ ọdọ ẹlomiran lati ṣe ohun ti o ṣoro pe o san ki o teramọ iṣẹ rẹ̀, tabi tiraka ṣe ohun na, ju ki o mã reti iranlọwọ lati ọdọ ẹlomiran biotilẹjẹ otitọ pe nigbapupọ ọranyan ni ki a ri iranlọwọ

14

ẹlomiran gba bi a o ba ṣe aṣeyọri.

Use: People should apply themselves to their work instead of hoping for help from others.

19. Ara ko ni ìwòfà bi onigbọwọ, abanikowo ni ara nni.

Translation: The pawn is not as worried as his surety; it is always the middleman in raising loans under the pawn system who is worried. The ìwòfà is one who serves another for the interest on a loan received; the system is called ofà; the person who stands as surety is called onigbọwọ or agbẹgbà; the middleman is called abanikowo.

Lílò: Ìmọ̀ran pe ki a yẹra lati duro fun enia ya owo tabi ya ohunkohun.

Use: It is unwise to go surety for a debt, or be a middleman in a loan transaction.

20. Aringbèrè ni yio mu oyè dele, asaretete ko ba oyè jẹ.

Translation: He who walks slowly (acts intelligently) will bring the title home; he who runs (acts recklessly) misses the chance of enjoying a title.

Lílò: Ìmọ̀ran pe ki a ṣe ọrọ pataki ni pataki ki a ma fi ọwọ yẹperẹ mu u; ki a ma kanju ju bi o ti yẹ nipa ọrọ tabi ohun pataki.

Use: It is unwise to make hurried decisions on important matters, one should think clearly, and weigh the consequences even if it takes time, before acting.

21. Àrò ki ijọ lasan; ọmọ-araiye ni ifọna si i.

Translation: The fireplace does not burn on its own; people must put fire (i.e. wood or coal) in it.

Lílò: Ìmọran pe nigbati ohun ba nyipada fun 'ni ki a ṣọra, ki a duro ronu boya ọmọ-araiye ni o wa nidi iyipada na.

Use: You must be careful when your affairs take an unfavourable turn; it may be that someone else is working secretly against you.

22. Aṣẹṣẹyọ ọgọmọ ni on yio kan ọrun, awọn aṣiwaju rẹ ni awọn na ṣe bẹ̃ ri.

Translation: When the tender palm frond first came out it said that its aim was to reach the sky.

Lílò: Ìmọran pe ki ọdọmọde ti ohun pupọ ngbe ninu lati ṣe ṣọra, awọn kan ti jẹ ọdọmọde bi on na ni sa kan; tabi fun ọdọmọde kan ti o ka ara rẹ si ọlọgbọn ju agba lọ nitoripe ko ri iriri pupọ.

Use: This is said of young people who, because of their inexperience, do not realise their limitations and think lightly of the advice of their elders.

23. Aṣokò fun adiẹ igba, òkò ni isọ titi ilẹ fi nṣu.

Translation: He who throws stones at two hundred hens will throw stones until darkness falls.

Lílò: Ìmọran pe ki a mojuto iwọnba ohun ti a le ṣe dada li aṣeyọri bibẹkọ nipa ṣiṣe eyi diẹ ati ọmiran diẹ eyikeyi lara awọn mejēji ko ni yọri.

Use: One should limit one's activities and aim at doing a few things well; it is not good to be a 'jack of all trades and master of none'.

24. Aṣọrọkẹlẹ boju wo igbẹ, igbẹ ki irò, ẹni ti a ba sọ ni iṣe iku pa 'ni.

Translation: He who whispers watches the forest but the forest does not blab; someone to whom you told your secrets is the traitor.

Lílò: Ìmọran pe ki a ma sọ gbogbo ọrọ inu ẹni fun ẹlomiran nitori o jẹ aṣa ọmọ-araiye lati mã sọrọ ẹlomiran ti nwọn gbọ kakiri.

Use: Do not tell people too much about your business. A secret shared is a secret no longer.

25. Atira ibọn ko to àtira ètù, ọjọ kan ni a nra ibọn ọjọjúmọ ni a nra ètù.

Translation: To buy a gun is not as expensive as to buy gunpowder; a gun is bought once but the gunpowder is bought every day.

Lílò: Ìmọran pe ki a ronu nipa iye ti ohun pataki kan ti a fẹ ṣe yio na 'ni - yala inawo, apọn tabi li ọna miran - ki a to dawọle e; ibẹrẹ ohun ki iṣoro atiṣe aṣeyọri ni o ṣoro ju, ti o si ṣe pataki ju.

Use: One should assess the cost of maintenance of things, e.g. a house or a car, before making a purchase; assess the cost in patience, wisdom and hardwork before one marries a wife, or sets up a home.

26. Awinná owo ko yẹ 'ni, àgbàbo ṣokoto ko yẹ ọmọ enia; bi ko fun u l'ẹsẹ, á á ṣọ ọ; ohun ẹni ni iba 'ni mu. Translation: It is not proper for a respectable man with whom a subscription is kept to spend it; it is not proper for a respectable man to borrow another man's trousers. If it is not too big for him it will be too small, the thing that is one's own is the thing that will at one perfectly.

Lílò: Ìmọran pe ki ohun ti nṣe ti ẹni tẹ 'ni lọrun, bibẹkọ nipa ninọga si ohun ẹlomiran àbùkù ati ètọ le kan 'ni.

Use: A man should be satisfied with what he has, otherwise he will and himself in disgrace. Avoid being 'a square peg in a round hole'.

27. Baba-isinku ko fi ọmọ rẹ̀ sọfa.

Translation: The executor of a deceased person does not pawn his own child (for the funeral expenses of the deceased).

Lílò: Ìmọran pe bi o ti wu ki enia ṣetan lati ran ọ lọwọ to, yio ni ibi ti yio duro si pe ihin yi ni mo le ṣe iranlọwọ de.

Use: Whatever interest a man may have in another man, there is always a limit to the amount of responsibility he is prepared to take for the behaviour of that other man.

28. Bẹwẹ ki o ri ọkọṣẹ, ṣagbe ki o ri ahun.

Translation: Ask for help and meet a refusal; beg for money and find a miser.

Lílò: Ìmọran pe o san ki a ma bẹre iranlọwọ ẹlomiran tabi ki a ni i lọkan pe ẹni kan yio ran 'ni lọwọ, bi a ba ṣe bẹ ni a o mọ pe gbogbo ẹni ti a ro pe yio ṣe iranlọwọ ki yio ṣe e nigbati a wa ninu wahala.

Use: Do not request help from others, as many people whom you may consider to be likely to help in a difficulty will, in fact, not do so; to save yourself from being grieved it is better not to ask for help at all.

29. Bi a ba dagba a yẹ ogun ja.

Translation: When a man is no longer young, he gives up going to war.

Lílò: Ìmọran fun agbalagba ti ko fi iwa ewé silẹ nipa eyi ti o nkọ itiju ba ara rẹ̀.

Use: This is advice given to an elderly man who is behaving as if he were still young; when, for example, an elderly man shows lack of patience or of wisdom.

30. Bi a ngún iyan ninu ewe, ti a nsẹ ọbẹ ninu ēpo ẹpa, ẹni ti yio yọ, yio yọ.

Translation: If pounded yam is prepared on leaves, if soup is cooked in a ground nut husk, the person who is destined to be full will be full.

Lílò: Ìmọran pe ki a ma sọ ireti nu, ohun ti o jẹ t'ẹni yio de ọwọ ẹni dandan; bi o ti wu ki asiko yipada to ẹni ti a ti kadara pe yio de aye kan yio de ibẹ dandan.

Use: Do not be despondent because circumstances change. In most situations while some may lose, others may gain. One man's failure may be another man's opportunity.

31. Bi abẹ́rẹ́, bi abẹ́rẹ́ ni enia nṣeke, ọjọ ti o ba tobi to ọkọ ti a nfi ro oko ni ipa 'ni.

Translation: Every evil work of a gossip is like a needle, the day that it becomes as big as a hoe used to till the fields, then it kills.

Lílò: Ìmọran pe ki a ṣọra lọdọ olofofo ati alahẹṣọ bibẹkọ yio ba orukọ oluwarẹ̀ jẹ nipa iwa ofofo ati iṣọkusọ rẹ̀.

Use: Avoid petty gossip, persistent damage to a man's name may eventually completely destroy his reputation.

32. Bi ajá wọ agbada ina, ti amòtékùn wọ ewu ẹjẹ, ti ologinni sán akisa mọ idi, ẹgbẹ apẹranjẹ ni iṣe.

Translation: If the dog wears a dress of fire, the leopard a dress of blood and the cat just a rag tied around its body, they are all animals of the same species, which kill and eat animals.

Lílò: Ìmọran pe ki a ṣọra nitoripe nigbapupọ ohun ki ijẹ gẹgẹbi iri rẹ̀; lọnàkọnà ẹni ti o ni ètọ́ yẹ ki o ri ètọ́ rẹ̀ gba bi awọn iyoku bi ko tilẹ si ni ipo giga.

Use: Appearances sometimes deceive; one should not judge things by their appearances, but by what they are in reality. A man should not be deprived of his rights because of his appearance.

33. Bi ara ile ẹni ba njẹ kokoro buburu bi a ko ba

tete sọ fun u, hèrèhuru rẹ̀ ko ni jẹ ki a sun l'oru.

Translation: If a fellow-householder is eating harmful insects and you do not warn him, when he contracts a cough the noise in his chest will not let you sleep.

Lílò: Ìmọran pe ki a kilọ fun awọn ti o sunmọ 'ni nigbati nwọn ba nhuwa buburu; o jẹ iṣẹ ẹni lati kilọ fun aladugbo tabi ẹni ti a jijọ ngbe inu ile kanna ki o yẹra ni ṣiṣe ohun ti ko dara nitori iya ẹsẹ rẹ̀ le kan 'ni.

Use: The actions of those near to us may affect ourselves, and so it is wise to warn them, if they are acting imprudently so as not to suffer with them.

34. Bi ekòló ba juba ilẹ, a lanu fun u.

Translation: If the ekòló acknowledges the superiority of the earth, the earth will open itself for ekòló (Ekòló is a long worm generally found by the side of a river or in a damp place.)

Lílò: Ìmọran pe o ṣanfani lati tẹriba ki a si bọwọ fun agbalagba ki a le ri ohun ti a fẹ gba.

Use: This is advice to inexperienced people that if they accept their position and give honour to those who are superior to them they will receive favours and any help they need.

35. Bi ẹlẹhinkule ko sun, à pẹ lẹhinkule rẹ̀ titi, bi o ba pẹ, õrun a gbe onile lọ.

Translation: If the owner of the backyard is not asleep, one (who wants to enter his house) should wait at his backyard; however long he may keep awake, he will fall asleep eventually.

Lílò: Ìmọran pe ki a ni sūru ati iforiti nigbati a fẹ ohun kan. **Use:** This proverb is used to counsel patience.

36. Bi igi ba wo lu igi, eyi ti o wa l'oke ni a nkọ ke.
Translation: If one tree falls on another, the uppermost should be cut away first.

Lílò: Ìmọran pe bi ọrọ ba wọpọ lati yanju ki a yanju rẹ̀ li ọkọkan; bi ki a pari ede-aiyede ti o wa lãrin ẹbi ki a to dawọle ohun pataki kan ninu ẹbi na.

Use: When many matters require attention at the same time, care is necessary in sorting them out; they should be treated so as not to cause muddle or create misunderstanding.

37. Bi iku ba npa ojugba ẹni, ami òrun a mã sọ 'ni.
Translation: When death kills your contemporary, it is a warning to yourself.

Lílò: Ìmọran pe ki a fi ọran ẹlomiran kọgbọn.
Use: One should take warning from the fate of others.

38. Bi inu ba ti ri ni obì nyàn.
Translation: As are your thoughts, so the kola-nut chooses. (The kola-nut is split and the four segments are thrown on the Ifa Oracle board to find out an answer, which must be 'Yes' or 'No' to a question. If two segments face upward and two face downward, then the answer is 'Yes'; otherwise it is 'No').

Lílò: Ìmọran pe bi ọkan ẹni ba ti ri ni adura ẹni yio fi gba; bi ọkan ẹni ba ti ri si enia ni a o fi huwa si i.

Use: One must watch one's conduct and thoughts because when one asks a question of the Ifa Oracle, it is going to answer according to thoughts in one's mind; it is necessary to realise that faith and character are the most important things in religion.

39. Bi iyà nla ba gbe 'ni ṣanlẹ kekere a gun ori ẹni.

Translation: If one is dashed to the ground by affliction, other insults will come on one.

Lílò: Ìmọran lati yera fun ohun ti o le fi 'ni si wahala; ki a ranti pe nigbati iya titobi ba njẹ 'ni kékèké miran le bẹrẹsi jẹ 'ni lẹsẹkanna ki a ma le gbẹsan nitori iya titobi ti o njẹ 'ni lọwọ.

Use: Avoid being overcome by affliction. If you allow yourself to be overcome, other insults will be heaped on you and you will not be able to avenge yourself.

40. Bi iyàrá ko dun, bi igbẹ ni ilu nri.

Translation: If one's private room gives no pleasure, the town seems like a wilderness.

Lílò: Ìmọran pe o san ki abẹ ile enia dara, ki o ni inudidun ati alafia nibẹ ju ki o jẹ gbajumọ lode nitoripe ko le ni igbadun tõtọ lode nigbati o wa ninu ibanujẹ ati lãsigbò labẹ ile rẹ̀.

Use: If one's home life is unhappy, there is no real enjoyment to be found in the social life of the world outside.

23

41. Bi o ni opo õgùn, bi o l'eke ko ni jẹ́; ori ẹni jẹ́ ju ewe lọ; ipín jà, o ju õgùn lọ.

Translation: If you have magic charms and you are a gossip, the charms will not be effective; a person's destiny is more powerful than charms; what will be one's station in life cannot be altered by charms.

Lílò: Ìmọran pe bi o ba jẹ olõtọ enia, ohun rere ti o yẹ ọ ko ni kọja rẹ̀; kadara rẹ̀ ko ni jẹ ki ọwọ ọmọ-araiye ka ọ bi nwọn ti le tiraka to lati ṣe ọ ni jambá.

Use: This is advice given to someone who has been frightened with juju, assuring him that if he is but honest and straightforward, no juju can affect him.

42. Bi o ti wu ki o ri, a ki irẹrin abirùn; bọya ohun ti o ṣe e l'oni le ṣe 'ni l'ọla.

Translation: Whatever may happen, it is not proper to laugh at a deformed person; perhaps what afflicts him today may afflict us tomorrow.

Lílò: Ìmọran pe ki a ma fi ẹni ti o wa ni aye irẹlẹ rẹrin papa ẹni ti arun itiju mbaja - bi adẹtẹ tabi asuke; tabi ẹni ti o ke ọwọ tabi ẹsẹ - nitori oni ni a ri, a ko ri ọla.

Use: Do not laugh at anyone who is in a less favourable position than yourself, as no one can be sure of his own future.

43. Bi odídẹrẹ́ di ẹiyẹ òkun, bi alùkò di ẹiyẹ òsà, bi a ba jẹun gbé, ki a ma jẹ ohùn gbé.

Translation: If the parrot becomes the bird across the seas, if the woodcook becomes the bird across the lagoon, if you get something on the cheap, after you have had it, you should always have the thought of returning similar things to others in future.

Lílò: Ìmọran lati ṣọra lati jẹ ifà; bi ifa kan ba kọdi si 'ni, ki a mọ pe ẹtọ ni ki a gbiyanju fun ẹlomiran ni iru anfàni ti a ni na.

Use: Someone who has been privileged to get something without labouring for it, should realise that he will be expected sometime to make a similar present in return.

44. Bì olónjẹ roju, a fi aijẹ tẹ ẹ.

Translation: If the man is eating frowns, we put him to shame by refusing to eat. (Normally a Yoruba is expected to ask an uninvited visitor to join him in his meal if he is found eating. Sometimes he may comply with the custom with a frown on his face.)

Lílò: Ìmọran pe ki a kọ ẹbun, ojurere tabi anfàni ti a mọ daju pe ko tẹ ẹni ti o nfun 'ni l'ọrun tabi iranlọwọ ti o jẹ eyi ti a ko fi ifẹ atọkanwa ṣe.

Use: You should reject a favour which you know is being offered unwillingly.

45. Bi ọlọrun kò ba ṣe 'ni ni baba, ki a ma gbiyanju ṣe bi àgbà.

Translation: If God does not appoint one a leader, it is not proper to assume the position of an elder.

Lílò: Ìmọran pe bi a ko ba si ni aye pataki ki a ma nọga si ọla ati iyi aye na nitoripe nipa ṣiṣe bẹ ẹtẹ ni yio kẹhin.

Use: People should not aspire to leadership when owing to their lack of education, or other circumstances beyond their control, they are not fit for the position.

46. Bi ọmọde ṣubu a wo iwaju, bi agbalagba ṣubu a wo ẹhin.

Translation: When a child falls, he looks to the front; when an elderly man falls, he looks back.

Lílò: Ìmọran pe nigbati iṣoro tabi wahala ba de ki a ronu, ki a wadi ohun ti o fa a, ki a le yẹra kuro li ọna na.

Use: When a young man fails in his endeavours he should look back to find out the cause of his failure.

47. Bi oni ti ri, ọla ki iri bẹ̃, ni imu babalawo difa ọrọọrún.

Translation: Things are not likely to be the same tomorrow as they are today; this is why the babalawo consults the Ifa Oracle every five days. (Babalawo is the Ifa priest.)

Lílò: Ìmọran pe onirũru iyipada ni mbẹ li aiye nitorina o yẹ ki enia mã ṣọra nigbagbogbo ki o si mã ṣe akiyesi

26

igba ki o to huwa.

Use: One must be prepared for changes in this world; things do not keep going on always as one wishes.

48. Bi owe, bi owe, ni a nlu ilu ògìdìgbó, ọlọgbọn ni ijọ o, ọmọran ni imọ o.

Translation: The ògìdìgbó talking drum is sounded in proverbs, only the wise can dance to it, and only the experienced can understand it. (Ògìdìgbó is a Yoruba drum used to send messages in time of war.)

Lílò: Ìmọran pe ki a ṣọra ki a mọ otitọ inu ọran kan ki a to da si i, bibẹkọ nigbati awọn ti o ṣọra ba jẹ alaijẹbi oluwarẹ̀ ni yio ru gbogbo ẹgan, itiju ati alẹbu ọrọ na.

Use: One should watch events carefully before making any decision. All the facts may not be apparent.

49. Bi ọwọ ẹni ko ba ēku ida, a ki ibēre iku ti o pa baba ẹni.

Translation: If a man does not hold the hilt of the sword firmly in his hands, he does not ask why his father was killed.

Lílò: Ìmọran lati mã ṣọra ki a to huwa; bi ko ba daju pe a o ṣẹgun ki a ma daba pe a o gbẹsan; bi ko ba daju pe a o jare, o san ki a ma fi ẹjọ sùn.

Use: One must be sure of one's ground before making a complaint and be certain of success before attempting revenge.

50. Bi ọwọ ko sin ilẹ ti ko sìn ẹnu, bi o ba ṣe oluwarẹ̀ yio yọ.

Translation: If the hand does not cease going down (to the dish) and up to the mouth, one is sure in the end to be satisfied, however small each morsel may be.

Lílò: Ìmọran pe ki a ma ro ohun kekere si ohun ṣakala; apapọ ohun kekere ni ndi nla; ēkan omi kọkan le kun ikoko.

Use: Do not ignore little things. Little drops of water can fill a pot; little grains of sand can raise a mountain.

51. Ẹ fa a wọle ni o yẹ ẹlẹṣin.

Translation: 'Please take the horse to the stable' is the remark which befits a horse owner who has a servant (unlike a horse owner who has himself to take his horse to the stable). The possession of a horse by a Yoruba is a sign of prosperity and honour.

Lílò: Ìmọran pe o sàn, bi a o ba lọ aye pataki kan, ki a to lọ o gẹgẹbi o ti yẹ, dipo ki a mã roju lọ o, ki a ma si le ṣe gbogbo inawo aye na.

Use: Do not attempt to keep up a standard of living you are not able to maintain. A horse owner who cannot afford to keep a groom, who will take a horse to the stable after he has ridden it out on a social occasion, is ruining himself to keep a horse which he cannot afford.

52. Ebiti ko pa ẹranko; ara ile ẹni ni iṣe 'ni.

Translation: The ẹbiti (trap) does not catch an ant; someone in our household or a neighbour is the one who is betraying our secret. (An ẹbiti is made of earth piled on a pad; an ant is so small it is almost impossible for an ẹbiti to kill it.)

Lílò: Ìmọran pe ki a má sọ gbogbo aṣīri ẹni loju enia, ara ode ti ko mọ aṣīri ẹni ko ya ṣe 'ni ni jambà afi bi ara ile ti o sunmọ 'ni sọ aṣīri ẹni fun u.

Use: A man must be careful not to tell all his secrets to his neighbours or friends, as by so doing he may suffer when he is betrayed.

53. Egungun oju ọna; àbà ni imu, a nle e lẹhin, o nle ti iwaju.

Translation: The egungun masquerader on the road carries a short staff in his hand; as he is being driven from behind, he drives those who are ahead of him. (It is unusual for an egungun to travel a long distance, that is from one town to another or from one village to another, except in unavoidable circumstances due to the inconvenience of having his face covered by a net.)

Lílò: Ìmọran pe ki a sọra lọdọ ẹni ti ọran hamọ nitoripe o le ta jambá fun ẹnikẹni ti o wa nitosi rẹ̀.

Use: It is well to remember that when a man is in a position of great strain, he is likely to become dangerous.

54. Ejò ọmọ oniwere, ọjọ alaiye ti d'aiye, a ò ba ejò rẹ ri; igi ni gbogbo araiye mã nyọ si i.

Translation: The snake, the writhing snake, has never been the friend of man from the day the world was created; wherever man finds a snake he takes up a stick to kill it.

Lílò: Ìmọran lati ọdọ agba si ọmọde pe ki o yẹra fun awọn enia ibi ti ko l'orukọ rere tabi ti ọpọlọpọ mọ si eniakẹnia. **Use:** This is advice given by an elderly man to a younger man about the danger of befriending someone who has always been known to be a dangerous character or an enemy of the younger man's family, tribe or religious group.

55. Ẹni ti ẹgun ba gun l'ẹsẹ ni nṣe lakalaka tọ alabẹ.

Translation: The man with a thorn in his foot should hop to one who has a razor.

Lílò: Ìmọran pe ẹni ti ohun ba ṣe l'oyẹ ki o wa ẹni ti yio ran a lọwọ lọ; nigbapupọ a mã sọ ẹlomiran l'orukọ buburu nipa ajọ aṣeju.

Use: A man in trouble should seek out someone to help him; when another shows too much eagerness to help, he is likely to be misunderstood.

56. Ẹni ti ko ni owo ki ipe alakara.

Translation: He who has no money does not call the beancake seller.

Lílò: Ìmọran pe ko dara lati mã l'onu pe a le dábírà kan nigbati a ko le ṣe ohun na.

Use: It is unwise to pretend to be able to do what we know we cannot afford to do.

57. Ẹni ti nwalẹ ni nsinku, ẹni nsunkún npariwo.

Translation: The man who is digging the grave is burying the corpse; the man who is weeping is just making a noise. **Lílò:** Ìmọran pe ẹni ti o ṣe ohun ọranyan lati ṣe lasiko idāmu l'ẹni ti o ṣe ohun pataki, ẹni ti ngbọkegbodo laimọ ohun ti yio ṣe pataki ko ṣe ohun ti o nilari.

Use: Those who, in spite of unfavourable circumstances, can control their feelings and do the essential things when others are panicking are those who give the best service to the society to which they belong.

58. Ẹni ti o ba nṣiṣẹ ki iṣe ọlẹ, bi ori ba tun 'ni ṣe, a ki ití bọrọ.

Translation: One who is working hard should continue to do so (although he will not necessarily succeed); if one is lucky in life, one will not easily fail.

Lílò: Ìmọran pe bi enia tilẹ nfi gbogbo ara ṣiṣẹ, ti o nṣe àpọn, ki iṣe ọranyan ki o ṣe aṣeyọri; ori ẹni ni igbe 'ni kọ ire.

Use: This is said to console people who, though they are working hard, do not succeed in life; success depends upon luck or destiny.

59. Ẹni ti o jin si koto kọ ara ẹhin l'ọgbọn, adanilọrọ fi agbara kọ 'ni.

Translation: He who falls into a ditch teaches others coming behind to be careful.

Lílò: Ìmọran pe ki a fi ọran ẹlomiran ṣe arikọgbọn.

Use: One should learn from the misfortunes of others.

60. Ẹni ti o ran 'ni niṣẹ ni a á bẹru, a kì íbẹru ẹni ti a o jẹ ẹ fun.

Translation: It is the man who sends us on a message that we fear and not the man to whom the message is to be delivered.

Lílò: Ìmọran pe ẹtọ ni ki enia jiṣẹ ti a ran a laifoiya ẹni ti yio jẹ ẹ fun.

Use: Under no circumstances should a person fail to perform duties assigned to him by those who are in authority.

61. Ẹni ti o rẹrin ko ni ibawi; ori ẹni ni ipe ki a rin 'ni.

Translation: Do not put blame on the man who laughs you to scorn; it is your luck that makes your efforts something people laugh at.

Lílò: Ìmọran pe nigbati wahala tabi iṣoro ba de ti ọmọ-araiye nfi 'ni rẹrin ẹgan, ki a gbọiya, ki a mọ pe ohun gbogbo ko ṣe ẹhin Ọlọrun.

Use: One should be calm and courageous when facing difficulties and problems which are not the result of one's actions.

62. Ẹni ti yio la oyin inu apata ko ni wo oju akẹ.

Translation: One who wants to eat honey in a rock will not mind what happens to the blade of his axe.

Lílò: Ìmọran pe ẹni ti o ba fẹ ohun rere ko ni bikita fun wahala ti yio ri ki ohun na le to o lọwọ.

Use: When a man wants something he must be prepared to pay for it.

63. Eru 'hõ' ki iwọ 'ni l'ọrun.

Translation: The burden of saying 'yes' does not press down on one's neck.

Lílò: Ìmọran pe nigbamiran o san ki a faramọ ohun ti a lodi si tõtọ l'ọkan ẹni ki nkan mã bajẹ.

Use: It is sometimes reasonable to acquiesce in a situation even when you know very well that you do not agree.

64. Etutu ko fẹ pòròpóró de inu, kinun l'ọmọ-araiye ifẹ 'ni mọ.

Translation: The white ants do not really love the dry stalk of corn; those we think love us, love us only a little. **Lílò:** Ìmọran pe ki iṣe gbogbo ẹni ti o farahan bi ọrẹ ni ọrẹ nitõtọ; ẹlomiran a mã jowu ẹni l'ọkan ara rẹ̀, a si mã farahan bi ọrẹ.

Use: You should realise that not all those who appear to be friends are true friends; some may be envious people who hate you just because you are improving your position.

65. Ẹ̀wọ̀n ki ijá k'o pe.

Translation: When a chain breaks into pieces, it cannot be put together again completely.

Lílò: Ìmọ̀ran pe ki enia sọra ki o ma fi ara rẹ̀ wewu tabi ki o jẹ ki orukọ rẹ̀ bajẹ́ biotilẹ̀jẹ́pe l'ẹ̀kan pere ni, alẹ̄bu na yio wa lara rẹ̀ titi.

Use: This is advice to someone who is taking an unnecessary risk, (thinking that he will overcome it) with his life, name or property; although the course he follows may lead to success, he will never be his old self again.

66. Fi gògò silẹ̀ fun ọdáwẹ́, fi aye silẹ̀ fun onilara.

Translation: Leave the gògò (a stick with a hook used for plucking fruits from a tree) for the leaf-cutter; let the envious man have his way.

Lílò: Ìmọ̀ran pe o san nigbamiran ki a fi enia buburu silẹ̀ hu iwa buburu rẹ̀ ju ki a jẹ́ ki o pa 'ni rẹ́ nipa gbigbiyanju lati mu u ṣaile hu iwa buburu na.

Use: Discretion is the better part of valour; it is better to allow someone to have his way if you are likely to be destroyed in trying to so prevent him.

67. Fi ọmu fun ọmọ, fi ọmọ fun ọmu; bi ọmọ ba ti mu ọmu ko buṣe?

Translation: Put the breast to the baby, put the baby

34

to the breast; if the child sucks the breast, is not that the end of the matter?

Lílò: Ìmọran pe ki a ma wadi ẹni ti o ṣe ohun tabi wa ofintoto bi ohun ṣe ṣe niwọn igba ti o ba ṣe si bi o ti tọ.

Use: As long as one's ultimate aim is achieved it does not matter how or by whom the work was done.

68. Fija fun Ọlọrun ja ki o fi ọwọ lẹrán.

Translation: It is best to allow God to revenge, and stand aside.

Lílò: Ìmọran pe o sàn ki a gba ìyà tabi iwọsi lọwọ ẹni ti o fîrî ẹni ju ki a mã ṣe fitafita ki a si jẹ kun ìyà na; o daju pe Ọlọrun yio gbẹsan olododo.

Use: This is said to people who feel that they have been ill-treated by those who are superior to them; in trying to revenge themselves they may suffer even more ill-treatment.

69. 'Gbà mi, gbà mi' ko yẹ àgbà, ki àgbà ma ṣe ohun àlémú.

Translation: 'Help me, help me' are not fitting words for an elder; an elder should not do anything which can land him in trouble.

Lílò: Ìmọran fun agbalagba ati awọn ti o wa li aye pataki pe ki nwọn ṣọra ki ẹtẹ mã kan wọn nitori nwọn ko ni awawi.

Use: Elderly people should conduct their affairs and themselves with honesty and integrity, as they are not likely to be excused (as would a younger man) if they are caught doing wrong.

70. Gba mi l'asiko òjò, ki ngba ọ lasiko ẹrùn.

Translation: Help me during the rainy season, and I will help you during the dry season.

Lílò: Ìmọran pe ki a kun fun ọ̃rẹ ṣiṣe nitori ọ̃rẹ ki igbe; bi o ba ran ẹni kan lọwọ loni, iwọ na yio ri ẹni ran ọ lọwọ l'ọla. **Use:** One should give reciprocal help. He who helps another will himself receive help.

71. Gbolohun kan ba ọrọ jẹ, gbolohun kan tun ọrọ ṣe.

Translation: One sentence may spoil a man's case, one sentence may improve a man's case.

Lílò: Ìmọran pe ki a ṣọra nigbati a nrọjọ, dajọ tabi ṣe atunṣe lãrin enia meji.

Use: One should be careful when stating one's case in a dispute.

72. Ibi gbogboo ni irọ adaba l'orùn.

Translation: The dove finds everywhere comfortable. (The dove is noted as a bird of peace.)

Lílò: Ìmọran pe ki a jẹ ẹni alafia ati enia rere nitori ibikibi ti ẹni rere ati ẹni alafia lọ ire ni yio mã tẹle e.

Use: A peaceful man is likely to find peace wherever he goes; it is the state of his own mind and thoughts which determine the situation in which he is likely to find himself.

73. Ibi ti agba pin si, ni ọmọde mba a.

Translation: Where the elder comes to a stop, there the young man catches up.

Lílò: Ìmọran pe ki enia ṣọra nipa iwa rẹ̀ si agbalagba nitoripe agbalagba jẹ ọmọde ri, ọmọde yio si dagba l'ọjọ kan.

Use: Both the older people and the younger should realise that the older will after a time stop developing not only physically, but also mentally; when the younger should give due regard and honour to an old warrior and remember that he also will one day find himself in the same state.

74. Ibinu ko ṣe nkan, sūru ni baba iwa.

Translation: Anger does not accomplish anything; patience is the chief virtue.

Lílò: Ìmọran pe o ṣànfani ki enia kapa ibinu rẹ̀; ẹni ti o ni sūru ohun gbogbo l'o ni.

Use: A man who is easily annoyed should try to curb his temper, as he is likely to get into trouble if he is not patient in circumstances demanding patience.

75. Ifi ohun we ohun, fifi ọran we ọran, ko fi ọran jìn.

Translation: Quoting examples and making comparisons do not lead to easy forgiveness.

Lílò: Ìmọran pe bi a ba fẹ ki ọran kan pari patapata ki a ma ṣofintoto mọ nipa rẹ̀.

Use: If you want to forgive it is better not to compare situations, nor make comparisons with those concerned in similar incidents in the past.

76. Igi ganganran má gun mi l'oju okēre ni a ti nwi i.

Translation: 'Protruding branch, do not pierce my eye'; it is from a distance we say it.

Lílò: Ìmọran pe o ṣàǹfāni ki a ṣakiyesi ohun ibi ti o le ba 'ni tabi ewu ti o le wu 'ni, ki a si yẹra, ki a to sunmọ ohun ibi tabi ewu na.

Use: It is wise to take precautions against an evil thing before it is too late; to be forewarned is to be forearmed.

77. Ikoko ti nṣe ẹyin, ẹyin ni yio fọ ọ.

Translation: The pot that is used in cooking palm nuts will one day be smashed by palm nuts. (Palm seeds are cooked in big pots before the palm-oil is extracted from them.) **Lílò:** Ìmọran pe bi enia ko ba ṣiwọ li ọna ibi rẹ̀, iwa ibi rẹ̀ na yio ṣeku pa a.

Use: This is warning advice to one who ignores warnings and advice, that if he does not change his ways he will meet his doom, without anyone being able to save him.

78. Ile mi ni mo ngbe ki ijẹbi ẹjọ.

Translation: 'I was inside my house' does not get convicted in court.

Lílò: Ìmọran pe o san ki enia wa ni ile rẹ̀ ju ki o mã ṣofofo ọrọ-ọlọrọ tabi ṣeke kakiri.

Use: It is better to remain in one's house rather than go gossiping from door to door.

79. Ìrì kérékéré ni idi odo, ìrì wàwà ni idi òjò, bi ọmọde meje ba kọ oǹjẹ alẹ ni idi ija agbalagba.

Translation: Tiny drops of dew can become a stream, heavy dews turn sometimes to rain; the circumstances which make seven children in the household refuse their dinner are likely to cause a quarrel between two adults. (When seven children in a home refuse their dinner the parents are likely to quarrel over the situation which brings this about.)

Lílò: Ìmọran pe nigbapupọ ohun kekere ti a ko bikita fun ni idi nla; ẹni ti ko nilari l'ọmọde a di ẹni pataki l'agba; ọran ti a ro si ohun kekere a di ijọgbọn.

Use: A situation which at first is not serious may unexpectedly become serious and have unpleasant consequences.

80. Ìwa ni oriṣa; bi a ba ti hu u si ni ifi gbe 'ni.

Translation: Character is a god; according to the way you behave it supports you.

Lílò: Ìmọran pe ki a ṣọra nitori ohun ti enia ba funrungbin ni yio ka.

Use: If you have good character you will benefit by it. 'As you sow, so will you reap.'

81. Ìwọ̀n ni ẹni ti o gun ẹlẹdẹ yọ mọ; ẹni ti o gun ẹṣin pāpa ilẹ ni yio kẹhin si.

Translation: He who rides on a pig should not be over-joyous; even he who rides on a horse will have to dismount sooner or later.

Lílò: Ìmọran pe ki a ma yọ pọju lori ohun rere ti o kọja si 'ni nitori bọya ohun rere pupọ wa l'ọna fun 'ni ti a kò i mọ nipa rẹ̀. Èdé ẹni ti ko le ṣe aṣeyọri nitorina ti o nṣe ohun ti ẹlomiran ṣeyọri ni kekere.

Use: Do not rejoice too much at success because it may be short-lived. The proverb is sometimes used by an unsuccessful man in an attempt to belittle the success of another.

82. Iyanju ni a ngba, ọjọjúmọ ni o nrẹ 'ni.

Translation: One just keeps on trying though one is tired everyday.

Lílò: Ìmọran fun ọdọmọde ki o mã tiraka niṣọ, biotilẹ di ọwọ ārẹ, nitori ere mbẹ niwaju.

Use: This is advice to a young man to be persistent in his efforts, although there is always a temptation to slacken.

83. 'Jọ mi, jọ mi', òku òǹrorò ni isọ 'ni da.

Translation: 'Be like me, be like me', these words make one a hard master.

Lílò: Ìmọran fun awọn obi lati ṣọra nipa titọ awọn ọmọ wọn nitori nwọn le di òǹrorò ki nwọn si ṣe ọmọ na ni ibi, dipo ire, nipa fifẹ aye giga fun wọn, tabi ki wọn le ṣe gẹgẹbi nwọn ti fẹ tabi ki nwọn ri bi awọn papa.

Use: Parents are advised by this proverb to allow their children to follow their natural bent. They should not be forced to follow, against their will, the particular trade or profession which the parents happen to favour.

84. Ki a dọbalẹ ki a pa igbọnwọ mọ l'ohun ti iṣe fun 'ni.

Translation: To prostrate respectfully has its own reward. (A Yoruba prostrates to those who are his superiors.)

Lílò: Ìmọran pe ki a mã yẹ ẹlomiran si nigbagbogbo pẹlu òwò nitori o lere pupọ.

Use: To accord someone special honour is likely to induce the man so honoured to show favour to the man who honours him.

85. Ki a ja, ki a rẹ, ko dabi ere apilẹṣẹ. Apa ki ijìnnà ki o dabi ẹran ara.

Translation: A broken friendship may be soldered, but will never be sound. To quarrel and make it up is not like the first friendship. A scar cannot heal so as to be like sound flesh.

Lílò: Ìmọran pe ki a ṣọra ki a ma ba ọrẹ ẹni ja nitoripe enia meji ko le rẹ timọtimọ bi iti atẹhinwa lẹhinti nwọn ja.

Use: It is best for two friends to avoid quarrelling,

41

because though they may be reconciled after a quarrel, their friendship will no longer be perfect.

86. Kíjìpá l'aṣọ ọlẹ, t'òfì l'aṣọ agba; àgbà ti ko ni t'òfì ko roju ra kíjìpá.

Translation: The strong woven cloth is for the lazy man, the superior cloth is for the elderly person; the elderly person who cannot buy the superior cloth should endeavour to buy the strong woven cloth.

Lílò: Ìmọran pe ki a jẹ alapọn; bi a ko tilẹ le ṣe ohun pupọ tabi ohun pataki ki a mã ṣe ohun ti a ba le ṣe nigbagbogbo.

Use: When a man cannot do something important, to do something less important is better than to do nothing.

87. 'Ko to nkan' ni isọ 'ni di ahun.

Translation: 'It does not amount to anything' causes one to become a miser.

Lílò: Ìmọran pe bi ohun tilẹ kere ki a ma kọ lati pin i pẹlu ẹlomiran ti o ni ẹtọ si i bibẹkọ a o pe 'ni l'ahun.

Use: However small a thing may be, it should be shared among all those who are entitled to a share.

88. Kokoro ti o jẹ ẹfọ jare ẹfọ, iwọnba ni eweko ndara mọ.

Translation: The insects which eat the cabbages are justified; there should be a limit to the beauty of plants. (Cabbages are looked after, unlike other plants which are not edible.)

Lílò: Ìmọran pe ki ẹnikẹni ti o wa l'aye pataki ṣọra nitori ọmọ-araiye a mã jowu ẹni ti o ju wọn, nwọn a si mã wa ifarapa rẹ̀.

Use: When a person is a good person there are likely to be envious people who will try to injure him, and they will consider themselves justified in doing this simply because he is better placed than they.

89. Kùkùté kan ki ifọ 'ni l'epo lẹrinmeji.

Translation: A tree stump does not break one's pot of oil on two occasions.

Lílò: Ìmọran pe o dara ki a fi aṣiṣe wa iṣiwaju kọgbọn.

Use: One should learn from past mistakes. 'Once bitten, twice shy.'

90. 'Ng o wọ ọ ka igbó', ẹhin rẹ ni ifi lana.

Translation: 'I will drag you through the forest' clears a path with his own back.

Lílò: Ìmọran pe ki a ṣọra nitori ẹni ti o pinnu lati jẹ ẹni kan niya, le tọwọ ninu iya na.

Use: A person who decides to inflict suffering on another must be prepared to face some suffering himself.

91. O bã kuru, o bã pari, gbèsè ko si, ẹsín ko si; onigbẹsẹ ni o le fi 'ni ṣẹsín.

Translation: Whether you are a dwarf or whether you are bald is no disgrace if there is no debt; it is only your creditor who can disgrace you.

Lílò: Ìmọran pe ki a yẹra lati jẹgbese nitori iwa ti o le mu ẹgan ati itiju ba 'ni ni.

Use: It is best to avoid getting into debt.

92. Ọgbọn ọlọgbọn ki ijẹ ki a pe agbalagba ni were.

Translation: Other people's wisdom does not allow us to call an elder a fool.

Lílò: Ìmọran pe ki a gba aba ati imọran agba nitori agba ri iriri.

Use: An elder's advice should be regarded as important because of the elder's experience.

93. Ọgbọn ọlọgbọn ni a nfi ṣọgbọn, imọran ẹni kan ko jọ bòrò.

Translation: It is through other people's wisdom that we learn wisdom; a single person's understanding does not amount to anything.

Lílò: Ìmọran pe ki a ma kere aba tabi imọran ẹlomiran nitori nigbapupọ ẹni ti o takete si ọran kan a mà ri i kedere ju ẹni ti o sunmọ ọ lọ ati nipa eyi a le fun 'ni ni ojulowo imọran.

Use: Do not belittle advice given by others; by listening carefully to it one may find the weakness in one's own ideas.

94. Ohun ti a fun ẹ̣ọ́ sọ ni èṣọ́ nṣọ.

Translation: The guard should watch what he is asked to watch.

Lílò: Ìmọran pe ki a mã mojuto ohun ti a fi si itọju ẹni

44

tabi ọran ti a ni ki a ṣe atunṣe rẹ̀.

Use: One should realise one's responsibilities.

95. Ohun ti a nwa ni igbọn ju 'ni lọ.

Translation: A thing we are looking for is always wiser than ourselves.

Lílò: Ìmọran pe ki a ṣọra nigbati a ni ihàra lati ni ohun kan ki a ma ṣi iwa hu.

Use: When you are passionately eager for something, the desire for it may sometimes lead you to do things you would not do in other circumstances.

96. Ọjọ́ kan ni enia ibajẹ, ọjọ gbogbo ni ara imã tì i.

Translation: For one day a person may behave disgracefully, and then for all his life he is put to shame.

Lílò: Ìmọran pe ki a ṣọra nitori bi orukọ enia ba bajẹ lẹkan lai ni alēbu na titi de opin ẹmi rẹ̀.

Use: Once a man has lost his reputation, he may not regain it for the rest of his life.

97. Ọmọ ko l'ayọle, ẹni ọmọ sin l'o bimọ.

Translation: Children are not a cause for rejoicing in themselves; it is the man who is buried by his children that has had children.

Lílò: Ìmọran pe ki a ma fẹran ohunkohun li afẹju nitori nigbapupọ ẹdun ati ibanujẹ a mã pọ nigbati ohun ko ba ri bi ireti ẹni; nigbati enia ku, ti ọmọ rẹ̀ sin i, ni o to daju pe ọmọ na ko ku ṣiwaju rẹ̀; ọmọ ti iṣe orisun ayọ rẹ̀ ko di ọran ibanujẹ.

Use: This is a warning to people who love their children or their possessions to excess, that the children may die or the possessions may be lost.

98. Ọrẹ ijẹ ọrẹ, ọrà ijẹ ọrà; a ki idupẹ 'mọ ta òpò'.
Translation: A gift is a gift, selling is selling, one does not thank the man who says 'I sold it cheaply'.

Lílò: Ìmọran pe ki a ma pa iṣẹ ati faji pọ; bi a o ba ta ọja fun enia, ki a ta ọja na ni iye ti o pe 'ni bi ẹni ti o fẹ ra a tilẹ jẹ ọrẹ tabi aladugbo nitori a ko ni dupẹ lọwọ ẹni fun eyi.

Use: One should not mix business with pleasure.

99. Oriṣa ko nika; ara ile ẹni ni irò 'ni kàkiri.
Translation: The gods are not wicked; it is members of our household who go about talking ill of us.

Lílò: Ìmọran pe ki a ma fi inu han gbogbo enia; nipa ṣiṣe bẹ̃ ẹni ti a fi inu han le di alaroka ẹni.

Use: A man should not let his neighbours know all his secrets, as they are likely to tell others and thereby endanger his interests.

100. Oriṣa ti ngbe ọlẹ ko si, nitori apa ẹni ni igbe 'ni.
Translation: There are no gods who support a man in his laziness; a man's greatest support is his own arm.

46

Lílò: Ìmọran pe ki a ma gbarale ẹlomiran lati ran 'ni lọwọ, igbiyanju lati ṣe ohun ti a fẹ san ju ki a mã reti iranlọwọ ẹlomiran.

Use: It is useless to sit back and expect help from others; a man should work to gain his objectives.

101. Ọwọ ọmọde ko to pẹpẹ, ti agbalagba ko wọ akèrègbè.

Translation: The hand of the child cannot reach the shelf, nor can the hand of the adult get through the neck of a gourd.

Lílò: Ìmọran pe ki a ṣọra ninu iwa ati iṣe nitori ko si ẹni ti o le ṣe ohun gbogbo fun ara rẹ̀ laisi iranlọwọ ẹlomiran rara; ki a yẹra lati ṣẹ enia, a ko mọ iranlọwọ ti o le ṣe fun 'ni l'ọjọ miran; ki a ma jẹ òkòsè, ẹni ti a kọ lati jiṣẹ fun l'oni ni o le jẹ ọranyan ki a bẹ ẹ niṣẹ l'ọla. Èdè pe bi ẹni kan ba fi iwọsi lo 'ni ẹni ti a fi iwọsi lo na le wa l'aye atigbẹsan l'ọla.

Use: One cannot be self-sufficient in all things; there will be certain things others must do for you, and you in turn must be prepared to help others. This is comment on someone who cheats another or refuses him his right. If he is in a position to do such things today, the other man may be in a position to retaliate at another time. This proverb is also used as a warning that a man who is injured in any way may be able to retaliate at some other time.

102. Şe mi mbi ọ l'õgun ọrẹ.

Translation: 'Offend me and I'll question you' is the medicine for friendship.

Lílò: Ìmọran pe ki a mã wa alafia pẹlu gbogbo enia; bi ọrẹ tabi ojulumọ ẹni ba şe 'ni, ki a bi i nipa bẹ̃ ko ni si ija.

Use: The best way to maintain friendship is to question one another when there is a misunderstanding.

103. Yin 'ni, yin 'ni, ki ẹni şe ọmiran.

Translation: Praise people to encourage people to do more. **Lílò:** Ìmọran pe ki a mọ riri iranlọwọ ti a şe fun 'ni nipa bẹ̃ a o ri iranlọwọ miran gba nigbati o yẹ.

Use: If you appreciate kindness shown to you, you will receive more kindness.

2

COMMENT (ÀLÀYÉ)

104. A ki ijẹ òkèlè l'ori òkèlè, a ki ifi ina s'ori orule sùn.

 Translation: No one eats after he has had enough; no one would leave fire on the roof to go to bed.

Lílò: Èdè pe nigbati ohun işoro ti o şe pataki ba şẹlẹ, ki a şe e ni pataki, ki a mọgiri si i, dipo ki a ma bikita.

Use: When there is a tense situation, it is better to deal with it at once rather than pretend it does not exist.

105. A ki ikorira atọkun, ki a digbo lu egungun.

Translation: You cannot hate the masquerader's guide and then collide with the masquerader. (The egungun masqueraders, representing departed spirits, have their faces covered and are led about by guides.)

Lílò: Èdè lati kilọ pe nitori a korira ẹni kan, tabi a kọ fẹ ti ẹni kan, ki a mã tapa si aye pataki ti a fi si bi aşiwaju.

Use: If you happen to hate a man it is foolish to vent your spite in such a way that you land yourself in serious trouble. It is well to be cautious in expressing your feelings.

106. A ki ini ẹni ni idi ọsan ki a mu igan.

Translation: One does not eat sour fruit when one's servant is nearby to collect good fruit.

Lílò: Alaye pe bi o ba ni ẹbi tabi ọrẹ nidi ọran kan, ẹbi tabi ọrẹ na yio mojuto ọran na fun ọ.

Use: If you have an agent to watch over your interests in any matter, it is his business to see that you do not suffer.

107. A ki itọ ba 'ni gbe, ki a ma to ọrọ ba 'ni sọ.

Translation: If I am good enough to live with you, then I am good enough to advise you on certain matters.

Lílò: Èdè nigbati ẹni ti ajijọ ngbe ko fẹ gba ibawi tabi imọran, bẹ̀ni nipa ajijọgbe, ẹni kankan tabi gbogbo awọn ti o njọ gbe na, a le jẹ ẹlomiran niya tabi mu ki o dahun fun iwa eyikeyi lara wọn.

Use: People who live together have certain responsibilities towards each other and should be able to give advice to each other on matters of mutual concern.

108. A ni ki a jẹ èkuru tan ninu awo a tun ngbọn ọwọ́ rẹ̀ s'awo.

Translation: We are told to finish up the èkuru on the plate and we are now again shaking the (crumbs on the) hand on to the plate. (Èkuru is a kind of bean food which is broken into crumbs when eaten.)

Lílò: Èdè nigbati awọn agba fẹ pari ija kan ti ọkan lara awọn onija tabi ẹlomiran bẹ̀rẹsi mu ija atijọ wa si iranti; tabi dipo ki a ṣe atunṣe ki a mã fi ọrọ tabi iwa ẹni da kun u.

Use: This is said when elders want to settle a misunderstanding between two people and then one of the parties, or some third person, brings in new complaints to complicate the issue still further.

109. A ni ki a wa ẹni ti o l'èhìn ki a fun l'ọmọ, abuke bọ s'ode, ti gannaku èhìn rẹ̀ kọ ni a nwi.

Translation: We say we must find a person with some backing to whom to give our daughter in marriage; the hunchback comes forward, but it is not the hump on his back to which we are referring. (There is play on the literal and metaphorical meanings of èhìn.)

Lílò: Èdè nigbati ẹni kan nronu nipa ara rẹ̀ ju bi o ti mọ nitõtọ; ti o ro pe ohun le ṣe ohun ti apa rẹ̀ ko ka ṣugbọn nitori bọya o wa l'aye ti o san diẹ, o ro pe ko si ohun ti on ko jẹ.

Use: This is said of people who have a ridiculously high opinion of themselves and aspire to positions for which they are quite unfitted.

110. A ni ki o mu u wa, o ni ko si; ahun l'o jọ l'oju alagbe.

Translation: One tells a man to bring something and he says that he has none of it; in the eyes of the beggar he appears a miser.

Lílò: Èdè lati ṣapejuwe ero alagbe ti o tọrọ ohun lọwọ olohun t'o fi ohun na du u.

Use: He who refuses to do a favour is always

considered selfish by the man who asks for the favour.

111. A nwa aye ki a fi aṣiwere silẹ, o ni bi a ba de oke-odo ki a duro de on.

Translation: We are looking for a chance to leave a madman behind and he tells us to wait for him on the other side of the stream.

Lílò: Alaye nigbati a ba fẹ yẹra fun ẹni kan nitori iwa ibi rẹ̀ ṣugbọn ti o nsọ ara rẹ̀ mọ 'ni.

Use: This can be said when you are trying to get rid of a person who is always seeking your company, or who asks a large favour from you when you already regret that you did him a small one.

112. A ṣe àlàpà l'ọṣọ ko fẹ, a ṣe ohun gbogbo fun igi o yẹ igi.

Translation: We decked up the ruin but it did not care; we did all we could for the piece of wood and it added beauty to it.

Lílò: Èdè lẹhinti a ti ṣe ohun gbogbo ti a le ṣe lati jẹ ki enia yi iwa rẹ̀ pada si rere ṣugbọn ti ko yipada.

Use: A person cannot be improved unless he has the right character to start with. 'You can't make a silk purse out of a sow's ear.'

113. Abahun ajapa bu ọkẹlẹ ọmọ rẹ̀ lanu, o ni: 'o gbọ bẹ̃ mi ri'?

Translation: The tortoise took up a morsel of food

and his child opened his mouth; the tortoise said, 'Have you ever heard of my doing such a thing?' (The tortoise in fables is a miser. Yoruba children are fed with solid food by their mothers.) **Lílò:** Èdè nigbati a fẹ fi ahun enia kan dapara nitori ahun ti o jẹ.

Use: This is a facetious comment on a miser, made when someone jokingly says that the miser has become quite generous.

114. Abaniṣe ma ba 'ni ṣe mọ, a busa fun alaṣeju ketekete.

Translation: He who consorts with a person and then consorts with him no longer is he who avoids an open quarrel with the self-willed.

Lílò: Èdè iṣiri fun ẹni ti o fi ọgbọn yẹra laisi ija pẹlu ẹni ti o ro pe iwa rẹ̀ ko ba ti on mu.

Use: This is a congratulatory expression used of a person who manages, without an open quarrel, to break off an acquaintanceship with someone who turns out to be obstinate and self-willed.

115. Abata takete bi ẹnipe ko ba odò tan.

Translation: The marsh stands aloof as if it were not related to the river.

Lílò: Èdè nigbati ẹni ti o tọ ki o ṣe ohun kan nitori iha ti on ati ẹni ti yio ṣe ohun na fun kọ si ara wọn, ṣugbọn ti o kọ ti kò ṣe e.

Use: This is a comment on someone who ought to be interested in a matter but prefers to ignore it, or refuses to take his share of the responsibility.

116. Abẹrẹ bọ lọwọ adẹtẹ, o di ete.

Translation: The needle drops from the hand of the leper, and it becomes a matter for planning (before he can get it back).

Lílò: Èdè nipa ẹni ti o sọ anfàni pataki kan nu, iru eyi ti ko le ri mọ lai.

Use: This is said when someone misses an opportunity which he can never get back

117. Abẹrẹ bọ l'ọwọ adẹtẹ, o di ete; ọran balẹ, o di èrò..

Translation: A needle drops from a leper's hand and becomes a matter of contrivance (before it can be picked up); a difficulty occurs and becomes a matter for thought.

Lílò: Èdè nigbati ẹni kan, bọya nipa aibikita ti iṣe ẹbi ara rẹ, sọ anfàni ara rẹ nu ti o si nwa a nigbati o ti pẹ ju.

Use: This is said when someone has missed an opportunity (perhaps due to carelessness) and later, when it is too late, tries to retrieve it.

118. Abinufùfù ni iwa ońjẹ fun abinu werewẹrẹ.

Translation: One who cannot endure hunger cooks the food for the one who can endure hunger.

Lílò: Alaye pe ẹni ti ọran ba kalara julọ ni yio ṣe inawo rẹ̀ fun ara rẹ̀ ati awọn ẹlọmiran.

Use: People who are very anxious about an affair tend to take on their own shoulders the responsibilities of others who are not so concerned.

119. Adaba ko fi ońjẹ s'ofun orofo, olukuluku nwa ońjẹ s'ẹnu ara rẹ̀.

Translation: The dove does not put food into the mouth of the green bush pigeon; each bird finds its own food.

Lílò: Èdè pe ko si ẹni ti iṣe ohun ẹlọmiran dara ju ti ara rẹ̀; ti ara enia ni o nkọ gbọ ṣiwaju ti ẹlọmiran.

Use: Everyone looks after his own interest first.

120. Adaba ko nàni a nkun igbẹ, ina njọ ẹiyẹ nlọ.

Translation: The dove takes no notice of someone burning the bush; the fire burns and the bird flies off.

Lílò: Èdè ileri tabi ifunnu lati fihan pe bi ohun ibi kan tilẹ ṣẹlẹ nipa afọwọfa tabi fun idi miran, onitọhun ki yio ni ifarapakifarapa.

Use: This is said by people who boast they can escape unharmed from a difficult situation.

121. Adaba nfọ ògèdè o sebi ẹiyẹle o gbọ; ẹiyẹle gbọ; titiri ni o ntiri.

Translation: The dove recites certain spells, and believes that the pigeon does not understand; the pigeon understands, but he is hesitating how to act.

Lílò: Èdè nigbati ẹni kan nṣe ohun kan ti o ro pe ẹni keji on ko ri i, ṣugbọn ti onitọhun ri i ti o dakẹ ti o nrọnu ohun ti yio ṣe nipa rẹ̀.

Use: This is said of a person doing something which he believes is not known to others, but in fact the others know about it all along but prefer to ignore it.

122. Adan dorikodo o nwọ iṣe gbogbo ẹiyẹ.

Translation: The bat hangs its head downwards, watching what the birds are doing.

Lílò: Èdè nigbati enia nwọye, ti o si nṣọra, ti o nṣọ bi igba ti nlọ, ki o to huwa tabi ṣe ohun pataki.

Use: This is said of someone who watches the situation and bides his time. 'Look before you leap.'

123. Afinju Mõre ti o fi akisa di ẹnu ēbà, ti o ni ki a wa afinju gbẹ epọ lọwọ rẹ̀ fun on.

Translation: The fastidious person of Mõre who used an old rag to stop the mouth of the palm-oil pot, and insisted that palm-oil should be bought for him from people who are fastidious.

Lílò: Èdè nipa ẹni ti o bọ aṣiṣe ara rẹ̀ ṣugbọn ti o nsọ kàkiri nipa aṣiṣe ẹlọmiran ti ko to tirẹ̀; ẹni ti o bọ aṣīri ara rẹ̀, ṣugbọn ti o jẹ iwa rẹ̀ lati tu aṣīri ẹlọmiran.

Use: This is used of someone who is guilty of serious faults and yet complains about the lesser faults of others, or of one who is finicky about details but overlooks great mistakes.

124. Afọju ti ko sun, ti o ni on sun, ara rẹ̀ ni o ntan jẹ; igba ti ko sun, ṣe ko ri ẹni kan.

Translation: The blind man who pretended to sleep was deceiving himself; when he was not asleep, he could see no one. .

Lílò: Alaye nigbati ẹni ti ko jamọ nkan nṣe bi ẹni pataki, ti o si ntan 'ni jẹ pe ohun le ṣe ohun pupọ.

Use: This proverb is used against people in an inferior position who try to maintain that they can be of help in matters which are beyond them.

125. Afọ̀mọ́ ko ni egbò, gbogbo igi ni iba tan.

Translation: The parasite has no roots, all trees are its relations.

Lílò: Èdè nipa ẹni ti nnọga lati jẹ ki a mọ on mọ enia kan pataki nitori onitọhun jẹ enia pataki.

Use: This is said of someone who joins himself with another because the latter is in a better position.

126. Agadagodo ko mọ inu ara wọn.

Translation: The padlocks do not know the construction of the inside of one another.

Lílò: Èdè nigbati awọn ti o sunmọ ara wọn, nitorina ti a ro pe o yẹ ki wọn mọ inu ara wọn, ṣugbọn ti nwọn ko mọ inu ara wọn.

Use: This is said when there is misunderstanding among people who are expected to understand one another.

127. Agba ki iwa l'ọja ki ori ọmọ titun wó.

Translation: An elder cannot be present in the market and let the head of a young baby (on its mother's back) twist to one side. (Yoruba mothers carry their babies on their backs; when a baby is so carried occasionally his head swings to one side without the knowledge of the mother. It is the duty of any elder in the market to call the attention of the mother, or offer to put the head of the child in its proper position.) **Lílò:** Èdè pe nigbati agbalagba ba wa nitosi ọran kan, iṣẹ rẹ̀ ni lati ṣe gbogbo atunṣe ti o le ṣe nipa ọrọ na ki nkan mã bajẹ.

Use: It is the responsibility of elders in all situations to make sure that misunderstandings which may lead to unpleasantness are explained and removed.

128. Agba ni ijẹ ori àdán, ọmọde ni ijẹ ori ẹiyẹkẹiyẹ.

Translation: The elder eats the head of the bat, the children eat the heads of any kind of birds.

Lílò: Alaye pe ẹtọ ni ki o jẹ agbalagba ni ki o ṣe ohun ti o ṣoro julọ nigbati ọmọde nṣe eyi ti ko ṣoro pupọ; agbalagba ni nda si ọran pataki ti ọmọde yio mã woye.

Use: Normally the bat is not eaten by Yorubas, much less its head; but elders must be prepared to do the most difficult things (even as difficult as eating the head of a bat), while the younger people tackle the less difficult problems.

129. Agba ti nfọ ni kã lailọwọ lọwọ, bi igba ti akọ aja ngbọ ni.

Translation: The elderly man who shouts in the compound without a penny to his name is like a barking dog.

Lílò: Èdè nigbati a ri ẹni ti nṣe ara rẹ̀ ni pataki bẹni ko ni ètó si iru aye bẹ̃, yala nipa imọ, bi a ti bi i tabi nini ohun alumọni aiye yi.

Use: It is useless for anyone to display authority without the necessary force to maintain it. One who has no money, position or honour should reconcile himself to his lot, instead of aspiring to what is beyond his station in life, thereby making himself ridiculous.

130. Agbalagba nfi iroju lọ s'ọrun, o ni ki o ki ile, oju èrò ni o nfi lọ?

Translation: The old man is going to the next world in pain and suffering (under protest) and you tell him to greet the people there. Is he going there at ease?

Lílò: Èdè pe nigbati ẹni kan wa ninu inira tabi ti iṣoro pọ fun u, ko ya ni ipin ninu ayọ ati idaraya ti o yi i ka.

Use: When a man is in trouble he cannot share in another person's happiness.

131. Àgbàrá ọjọ ba 'ni ja, ba oju-ọde ẹni kọja.

Translation: The rain torrent quarrels with a man and still passes his house.

Lílò: Èdè nigbati ẹni ti o lagbara ju fi iya jẹ ẹni keji rẹ̀ ti o si nfi han a pe on jẹ ẹ niya na nitori on lagbara ju u lọ.

Use: A powerful man may offend a weaker man and continue to behave in an annoying manner, knowing that the other is unable to take revenge.

132. Agbatan ni a ngba ọlẹ, bi a daṣọ fun ọlẹ a pa a larọ; bi a la ọlẹ nija, a sin i dele.

Translation: When you want to help a lazy man you have to do it completely; when you make a dress for him you must also dye it with indigo; when you make peace between him and someone who is fighting with him, you must follow him to his house (so that his adversary does not waylay him and trouble him again).

Lílò: Èdè pe o dara, o san bi a o ba sọre fun ẹni kan, ki a ṣọre na de opin fun u.

Use: When one gives help to someone it should be done in full. It is also a comment about the fecklessness of lazy people.

133. Àgbè ni ijẹ ẹgbin omi, agbalagba ni ijẹ iya ọran. Translation: As a gourd collects sediment from water, so an elder suffers insults from others.

Lílò: Èdè lati tu agbalagba ti ọmọde yaju si ninu nigbati agbalagba na ngbiyanju lati ṣe atunṣe ki ohun le dara, bi ki o mã pari ija lãrin awọn ẹni meji.

Use: This is said to comfort an elderly person who has been insulted by a younger person.

134. Àgbò dudu kọja odò, o di funfun.

Translation: The black ram gets across the river and becomes white.

Lílò: Èdè nigbati o yẹ ki a yi ipinnu àkókó pada nitori idi pataki.

Use: Naturally when a ram is taken across a river it does not normally change its colour. In special circumstances, such as to maintain peace or avoid war, important decisions may have to be changed because of the damage likely to ensue if these decisions are adhered to. It is not always safe to adopt the attitude that 'what has been said, has been said, and nothing can alter it'. In the home, in society and especially in political life, it is dangerous to adopt an uncompromising attitude when situations change. Circumstances alter situations.

135. Àgbò ko ṣe mu, òdá ko ṣe mu, ohun gbogbo ni itobi l'oju ahun.

Translation: The ram is too expensive to be slaughtered, the wether is too expensive to be slaughtered, everything is always too expensive from the viewpoint of the miser.

Lílò: Èdè nipa ẹni ti, nitori o jẹ ahun, ohun gbogbo a jọ ọ loju gidigidi ki ile fi eyikeyi lara wọn ṣe alejo.

Use: This is said of a miserly person who is reluctant to spend money on hospitality or give away any of his belongings.

136. Ahun nre ajò, o gbe ile rẹ̀ dani.

Translation: The tortoise is going to a distant place and is carrying his house with him (i.e. his shell).

Lílò: Èdè nigbati a ri i pe ẹni kan le da ohun ara rẹ̀ ṣe laifẹ iranlọwọ ẹnikẹni.

Use: This is a comment on a man's readiness to live on his own resources without having to ask for outside help; as when a man travels with his bedding, with food and all that he needs for comfort.

137. Aigbọfa ni a nwọ oke; ifa kan ko si ni para.

Translation: It is when we do not know the Ifa recitations that we look up; there are no Ifa recitations on the wall plate. (The Ifa priest has to recite the appropriate texts when people come to him for divination.)

Lílò: Èdè nigbati ẹni kan ngbiyanju lati ranti ohun ti o yẹ ki o mọ.

Use: This is said when one hesitates, or tries to remember something forgotten.

138. Aisi owo ni a nti ilẹkun mọ ōdunrun, kini irinwo baba igbiwo to ṣe?

Translation: It is because you have not much money that you lock up 300 cowries; what can one do with 400 cowries which is the father of 200 cowries.

Lílò: Èdè nigbati enia nṣe àpónlé ohun kekere ju bi o ti yẹ.

Use: This is a deprecatory remark made when

someone is making a fuss about an unimportant matter. A small sum of money looks large and important to a poor man.

139. Aitọ ehin ka ni a nfi ọwọ bo o.
Translation: When we are not old enough yet to loose our teeth, we cover the mouth with the hand.
Lílò: Alaye pe bi a ba to ohun ṣe, a ki fi i pamọ ṣe.
Use: A man who is incapable of doing a thing successfully, tries to hide the fact that he is doing it. He who is certain of his right to do something will not do it in secret.

140. Aiye ko lórã; ijọ a ri kéré, ki a jẹ kéré; ijọ a ri wòmù, ki a jẹ wòmù; agba ki ṣubu yẹkẹ ko da ti ikun silẹ; ohun tí a jẹ ni iba 'ni lọ.
Translation: The world is not all full of enjoyment; therefore the day a little pleasant thing comes your way, enjoy it; the day many pleasant things come your way, enjoy them; when an elder falls down the contents of his stomach will not be thrown out of him; what you eat goes with you (to the grave).
Lílò: Èdè pe ki enia mã jẹ ki o mã mu gẹgẹbi o ti tọ, ki o ma jẹ ahun si ara rẹ̀, nitori eyi ti enia ba na ninu owo tabi lo ninu ohun ini rẹ̀ ni ti ara rẹ̀, eyi ti o tọju nì, kò mọ ẹni ti o ni i.
Use: This proverb advises people to live well, looking after their health and eating good food, because after

all it is that part of our money which we spend from which we benefit. We do not know who will possess the money that we have saved after death.

141. Aiye l'okun enia l'ọsà, aimọwẹ ko le gbadun aiye.

Translation: The world is the ocean, the people in it the lagoons; if you do not know how to swim (that is, understand the people in the world), you can never enjoy life. **Lílò:** Alaye bi o ti ṣe pataki to lati farabalẹ ninu aiye nitori enia ṣoro, ẹni ti ko gbọn, ki o ni lãkaye, ki o farabalẹ ki o si wa l'alafia pẹlu gbogbo enia, ko le gbadun aiye rẹ̀.

Use: It is important for everyone to study people and situations before taking any particular action. One must be tactful and know how to deal with all sorts of people.

142. Àjà l'o l'eru, irọ ni pẹpẹ npa.

Translation: It is the loft which takes the loads, the shelf is idly boasting (literally, telling lies).

Lílò: Èdè pe o ni iru ẹni pataki ti ohun pataki kan tọ si tabi ti o rọrun fun lati ṣe.

Use: This is said to point out that such and such a man is the right man to do some particular job or to cope with a particular situation.

143. Ajá ni ibaṣepe on ko de oko ri, on iba ni ọrun ni nwọn ti nka ila wa.

Translation: The dog said that if it had never been to the farm, it would think that okra was brought from heaven.

Lílò: Èdè nipa ẹni ti o nfunnu pupọ lori aṣeyọri ti o ṣe bi-ẹnipe ẹnikẹni ko tun le ṣe iru ohun na lai.

Use: This is said when a man who has achieved something continues to talk about it as if no one else could ever cope and do the same thing.

144. Ajá ti o ni ẹni l'ẹhin a pa ọbọ, eyi ti ko ni ẹni l'ẹhin a pa òfo, ọbọ ti o ba ni ẹni l'ẹhin le pa òtòtò enia.

Translation: A dog which has someone behind it can kill a monkey, but the one which has no one behind it will kill nothing. Even a monkey which has someone behind it can kill a man.

Lílò: Èdè pe ẹni ti o ni alafẹhinti le ṣe ohun pupọ ṣugbọn ẹni ti ko ni, ohun diẹ lọ le ṣe.

Use: He who has the support of others can achieve great things, he who has no one to help or support him can achieve little.

145. Ajanaku ko l'ēkàn, ọba ti yio mu erin sọ kò i jẹ.

Translation: An elephant has no tethering-peg; the king who tethers an elephant has not begun to reign.

Lílò: Èdè ifunnu ẹni ti, yala nipa bi a ti bi i, tabi nipa

65

ayọn ara rẹ̀ ti o ti ṣe oniruuru aṣeyọri; tabi fifunnu lasan lati halẹ mọ ẹlọmiran.

Use: This is said as a boast by a man who through birth or position can do many things in defiance of the law or the code of conduct of the society to which he belongs.

146. Ajanaku ko tu l'oju alaja; onigba aja ko gbọdọ lepa erin.

Translation: An elephant does not run away in the presence of the owner of the hunting dogs; one who has two hundred hunting dogs must not hunt an elephant.

Lílò: Èdè nigbati alagbara tabi ẹni ti o wa l'aye pataki kan huwa aida ti ẹnikẹni ko to bi i idi ti o fi hu iwa na.

Use: A man in a high position may do what he likes and those who are near him, however numerous, dare not ask him for an explanation.

147. Ajanaku kuro ninu 'mo ri ohun kan firí', bi a ba ri erin ki a ni a ri erin.

Translation: An elephant deserves more than 'I caught a glimpse of something'; if we see an elephant, let us admit we have seen an elephant.

Lílò: Èdè nigbati akorira fẹ kere ohun ribiribi ti ẹni kan ṣe.

Use: When one comes face to face with an important thing, a thing of beauty or virtue, it is better to acknowledge the fact than try to belittle it.

148. Ajapa nmi, igba ẹhin rẹ̀ ni ko jẹ ki a mọ.

Translation: The tortoise is breathing, but its shell prevents people from seeing it.

Lílò: Èdè nigbati enia nsa gbogbo ipa ati agbara rẹ̀ lati ṣe ohun kan ṣugbọn ti bi asiko ti ri ko jẹ ki igbiyanju rẹ̀ han.

Use: A man may be making considerable efforts to deal with some difficulty but circumstances do not allow him to let this be generally known.

149. Àjàtì àwọn ti nkọ aparo l'ọgbọn.

Translation: The damaged net teaches the bush fowl a lesson.

Lílò: Èdè pe o san ki a ma mu arufin kan rara ju ki a mu u ki o jare niwaju adajọ nitori a ko ri ẹri to lati jẹ ẹ niya.

Use: It is better not to arrest a wrong-doer at all rather than arrest him and charge him and then find there is not enough evidence to convict him. Such an escape will only make him more cautious in future.

150. Akasọ fẹhin tilẹ, fara ti ile; ẹni a fẹhinti, bi o ba yẹ 'ni, a wi fun 'ni.

Translation: The ladder rests its back on the ground and its body on the house, when the man on whom we lean wants to let us down, we should be informed.

Lílò: Alaye pe o yẹ ki enia mã ṣọra nigbagbogbo; nitọ́tọ̀ ètó ni bi ẹni ti a fẹhinti tabi gbojule ba fẹ kuro li

67

alafẹhinti ẹni ki o sọ fun 'ni, ṣugbọn ọmọ-araiye ki iṣe bẹ.

Use: One should be cautious about help and support received from someone else, as the help and support may be withdrawn without warning.

151. Akatá ndifa, ikandù ndibò, a ni kini nrun bayi? Ara tani mọ ninu gbogbo wọn?

Translation: The civet cat is consulting the Ifa oracle, the large black ants are voting among themselves, and one asks the other 'what is it that is smelling?' Which of them has a clean body? (Both the civet cat and the large black ant are noted for their bad odour.)

Lílò: Alaye nigbati iru ẹni meji ha si ọrọ kan ti awọn mejēji ni ọwọ ninu ọran na.

Use: When people of shady antecedents are involved in some misdeed, it is difficult to know who is the most guilty.

152. Akèré pete iyẹ iya olódò l'o kọ fun u.

Translation: The jumping frog desires wings, only the goddess of the stream refuses to allow him.

Lílò: Èdè nipa ẹni ti nfẹ ṣe ọpọlọpọ ohun tabi gba aye giga nitori aṣeyọri iṣiwaju ti o ti ṣe, ṣugbọn awọn alaṣẹ kọ fun u ki o le fun ẹlọmiran ni anfàni tabi ipin ti o tọ si i.

Use: This is said of a man who has a limited success and does not realise his limitations. He goes on to attempt more but is stopped by those in authority.

153. Akọbi ni ti ẹlẹran.

Translation: The first born of the animal belongs to the owner. (It is customary for a Yoruba to buy a sheep and lodge it with someone who will feed and look after it, on the understanding that the young of the animal will be divided equally between them. When the animal has only one young, it belongs to the owner of the parent animal, not the keeper.)

Lílò: Èdè pe ètó ni ki a fi ọla fun ẹni ti ọla nṣe tirẹ̀; ki a fi aye iwaju fun ẹni ti o tọ si; ki a fi ohun kini fun ẹni ti o yẹ.

Use: The man who is superior in age, position or wealth, is served before those who are subordinate to him.

154. Akọ́ni ko ni ki a ṣika bi a ko nika ninu; tani nkọ 'ni ki a to ṣe rere?

Translation: A teacher will not teach us to do evil if we have no evil inside us; who gives us instruction before we do good?

Lílò: Èdè lori alaye ẹni ti o fẹ fi ẹbi rẹ̀ kọ ẹlọmiran l'ọrun pe onitọhun ni o kọ on ni iwa aidã.

Use: This is a satirical comment on a person who tries to excuse himself for doing wrong by saying that someone else led him on to do it.

155. Aladugbo ẹni ni ọmọ iya ẹni.

Translation: One's neighbours are one's brothers or

69

sisters. **Lílò:** Èdè pe nigbati ẹbi ẹni ko si nitosi, aladugbo ẹni ni yio ṣe ohun ti nwọn iba ṣe fun 'ni (nitorina ki a ṣọra lati huwa). **Use:** It is one's neighbours who will do the duties of one's brothers or sisters, when these are not near.

156. Alawo yio ku, oniṣegun yio rẹ ọrun, adahunṣe ko ni gbẹlẹ.

Translation: The witch-doctor will die, the medical doctor will go to heaven and the consultant will not be left behind.

Lílò: Alaye pe ko si ẹni ti ki yio ku nitorina ki a ṣọra nipa iwa ti a nhu; ki a ṣọra ki a ṣe ètó nipa ohun ini tabi ọran ti o kan ẹni ti o ku nitori ẹni kiku ni gbogbo wa; imudaniloju pe ọran kan yio kan gbogbo awọn kan laidà ẹni kan si.

Use: No one can avoid death, and therefore we must be careful about our conduct; we should be honest in matters affecting a deceased person as there is no one who will not die.

157. Alejo ti o fi oru wọ ilu, igida ni yio jẹ sun.

Translation: The stranger who enters the town at night will have to eat 'what a pity' as his supper.

Lílò: Alaye nigbati a ko le ṣe ohun ti ẹni kan fẹ fun u nitori ko sọ fun 'ni tẹlẹ.

Use: This points out that it is usually necessary to give warning beforehand if you want people to help you. Such help is not always possible at short notice.

Lílò: Èdè nigbati ẹni ti a ṣõre fun di ọta ti ko ka õre ti a ṣe fun u bi ohun daindain.

Use: A person who has done repeated favours for another man is able to throw these in his face if the latter person proves ungrateful.

163. Arukọ ori aka ni, èrú akẹ ori āka ni, āka nikan n'igi ti mbẹ ninu igbo bi?

Translation: If you want to make a hoe handle you must use aka wood to make it; if you want to make an axe handle you must use aka wood; is aka the only tree in the forest? (The aka tree - Lecaniodiscus Cupaniodes - has a hard wood used for making the handles of farm implements.)

Lílò: Èdè lati fihan bi ẹni kan ti wulo to yala ninu ẹbi tabi lãrin ẹlẹgbẹ rẹ̀ tobẹgẹ ti o jẹ ọdẹ rẹ̀ ni a nkọ gbogbo ọran ati aniyan lọ.

Use: This is said when some individual in a family or a club gains such a reputation that everyone turns to him whenever some job has to be done or some problem has to be solved.

164. Arun ti nṣe ogoji ni nṣe ōdunrun, ohun ti nṣe Abọyadé 'gbogbo ọlọya ni nṣe.

Translation: The sickness which affects forty affects three hundred; what effects the head of the Ọya cult affects all Ọya worshippers. (Ọya - River Niger.)

Lílò: Èdè nigbati ohun kan, pãpa ohun ti o jẹ inira tabi iya ba nṣe ọpọlọpọ enia lẹsẹkanna.

Use: This saying is used in referring to some misfortune to show that its incidence is general.

165. Aşa nta adię, awodi ngbe adię l'ọsan, awọn mejēji ko sanra to igun; bi Ọlọrun ko pa igún ohun ti igún ri ni igún nję,

Translation: The hawk darts at chickens; the eagle carries away chickens in daylight; but neither is as fat as the vulture; if the vulture's life is spared by God, the vulture will continue to eat whatever comes its way.

Lílò: Èdè nigbati a ri ẹni ti ko si ninu işẹ pataki sibẹ ti o san ju awọn miran ti a mọ ninu işẹ ti o l'owo l'ori ju tirẹ̀ lọ.

Use: Those who do odd jobs, when blessed by God, sometimes prosper more than those who are in well-known professions.

166. Aşapẹ fun were jọ, on ati were ọkanna.

Translation: One who claps hands for the madman to dance is as insane as the madman.

Lílò: Èdè nigbati ẹni kan ba nwú ẹlọmiran lori lati şe ohun kan, pãpa lati hu iwa ibi, on ati ẹni ti o hu iwa na jẹbi dọgbadọgba.

Use: People who connive at the evil deeds of others are themselves guilty.

167. Asare-sàsà-wọ-inu-papa ki işe oju l'asan, bi ko ba nle nkan, nkan nle e.

Translation: One who runs hurriedly into a grass field

does not do so without good reason; if he is not after something, something is after him. (A grass field is full of prickles.)

Lílò: Èdè nigbati ẹni kan nṣàjọ ki o le ri anfâni pataki kan, ṣugbọn ti ko fẹ ki ẹlọmiran mọ pe anfâni ti o nwa ni o titori rẹ̀ ṣàjọ.

Use: If someone is seen to be showing great interest in another person or in some organisation or society, this is said to suggest that his motives are not disinterested – he hopes to derive some benefit for himself.

168. Aṣẹṣẹ wọn ọlọgbọ ni ijiya, bi o ba pẹ titi a to eku pa jẹ.

Translation: The kitten that has just been weaned may suffer for a time, but after a while it will be able to kill rats. **Lílò:** Èdè pâpa nigbati a ba ri ẹni ti o fẹ ṣe yèyè tabi yọṣuti, lati ki ẹni ti a ṣẹṣẹ fi si aye pataki kan laiya nitorina ti ohun ṣoro fun u lati ṣe, pe ki o gbọiya, musũru, ki o ṣegiri bi o ba pẹ titi yio bori gbogbo iṣoro rẹ̀.

Use: A man who has just attained a position of responsibility may find things relating to it difficult to understand, but after a while he will master the situation.

169. Aṣiwere kan nṣọpẹpẹ lọ si ọja nla kan; o ri ọpọlọpọ enia ninu ọja li okèrè; o joko o bẹrẹsi sunkun. Agbalagba kan ba nibẹ o bi i pe: 'Kini ṣe

ti o nsunkun?'

O dahun: 'Sa wo ogunlọgọ awọn enia wọnyi, igbati nwọn ba ku ibo ni a o ti ri pako kan posi fun oku wọn?' Agbalagba na ni: 'Ma sunkun mọ, ko yẹ ọ ni, gbogbo wọn kọ ni yio sun inu posi. Ọmiran yio ku si omi, ẹja yio fi oku rẹ̀ jẹ; ọmiran yio ku si ina yio jọna di ēru; ọmiran yio ku sori ilẹ ninu igbo ti ẹnikẹni ko ni sin oku rẹ̀.' Aṣiwere na nu oju nu, o ba ọna rẹ̀ lọ.

Translation: A madman was going down a slope to a big market; he saw a great many people in the market and he sat down and started to weep. An elderly man came across him there and asked him: 'Why are you weeping?' The madman answered: 'Just look at all these people, when they die where will they get enough planks to make coffins for their corpses?' The elderly man answered: 'Do not weep any more, you do not understand; not all of them will be buried in a coffin when they die; some will be drowned and the fishes will eat their corpses; some will die by fire and they will be burnt to ashes; some will die in the forest and their corpses no one will bury.' The madman wiped his eyes and went on his way.

Lílò: Èdè lati fihan pe oniruuru ohun le ṣẹlẹ si enia lairotẹlẹ; asán ni aiye.

Use: This is a comment on the vicissitudes of human life.

170. Aṣọfofo ko gba ẹgbã ibi ọpẹ l'o mọ.

Translation: A talebearer does not even get sixpence, all that he receives is 'thank you'.

Lílò: Èdè ẹgan ati iṣàta olofofo ati alahẹṣọ nitori ko ni ere kan pataki ju ki a dupẹ lọwọ rẹ̀, bẹ̃ni yio pa iṣẹ ọjẹ rẹ̀ ti o nṣe gbọ bukata ara rẹ̀ ti, ki o le mã ṣofofo kàkiri.

Use: This is a general comment on talebearers.

171. Asòrò'kọkọ sebi ti on l'a nwi, aṣebuburu o ku ara ifu.

Translation: A gossiper always thinks that people are talking about himself; one who does evil things always suspects others.

Lílò: Èdè pe nigbati ara ba nfu ẹni ti o huwa ibi, ti o si ro pe ọrọ ohun ni a nsọ.

Use: Evil-doers always think that other people are like themselves.

172. Atampako ni onikìmi ika, baba ọmọ ku ọmọ deyọ.

Translation: The thumb is the strongest supporter of the fingers; the father of the children dies, the children are scattered.

Lílò: Èdè nigbati ẹni ti nṣe alafẹhinti ẹni kan ku ti ko si ẹlọmiran lati ṣe iranlọwọ fun u.

Use: As the other fingers are less useful when the thumb has been removed, so the children of a man become scattered when the father dies.

173. Atare ri ẹni tun idi rẹ̀ ṣe, o nfi òbùró ṣẹsín, òbùró iba ri ẹni tun idi rẹ̀ ṣe, a sunwọn ju atãre lọ.

Translation: The alligator-pepper has some one to take care of it, and it is mocking òbùró tree; if òbùró tree had someone to tend it like the alligator-pepper tree, it would be more valuable than the alligator-pepper tree. (The Yoruba farmer tends the alligator-pepper tree because its seeds are used for medicinal purposes.)

Lílò: Èdè nigbati ẹni ti o ṣorire, ti o ri ẹni ran on lọwọ, nyangàn ti o si nfi ẹlọmiran ti ko ṣorire bi tirẹ̀ ṣẹsin biẹnipe mimọ ṣe rẹ̀ tabi aimọṣe onitọhun ni ọran awọn mejēji ṣe lọ bẹ̃.

Use: He who has someone to help him is more likely to succeed than he who works on his own. This may be said by a person wishing to excuse his lack of success in comparison with others.

174. Atàtàkúra ẹnu ẹiyẹ ko le ran okuta.

Translation: However a bird may try, its beak cannot break a stone.

Lílò: Èdè iyagan ẹni ti a doju ija kọ pe awọn ọta ko le ri i gbe ṣe; ohun pupọ wa ni ile-aiye ti o ju àyè ẹni pupọ lati ṣe.

Use: This is applied to people who try to harm others but are incapable of doing so; their futile efforts can be safely ignored. It can also be used generally to mean that some things are by nature beyond a certain individual's capacity.

175. Atẹhin gbọ́n akéti aja, a ke e l'eti tan o wa lọ fi abẹ pamọ.

Translation: The dog whose ear has been cut is wiser after the event; after its ear has been cut it hides the knife with which it was cut.

Lílò: Èdè pe abamọ ni iṣiwaju ẹkun; ki a ṣọra lati ṣe ohun l'akoko ki o to pẹ ju.

Use: It is easy to be wise after the event; caution is therefore necessary.

176. Atẹpẹ ole ni ijẹ ọmọ yi nfẹwọ.

Translation: It is calling a thief by another name to say 'this child is light-fingered'.

Lílò: Èdè nipa awọn ẹni ti ko tọ́ ọmọ wọn si ọna rere nipa gbigbe oju fọ aidã ati iwa alẽbu wọn, tabi nipa ṣiṣe ohun ibi titobi ti nwọn ṣe ni kékeré.

Use: People encourage their children to do evil if they are unwilling openly to admit their weaknesses.

177. Atijẹ awùsá ko to atimu omi.

Translation: To eat awùsá seed is not as difficult as to drink water (after it is eaten). (Awùsá is a climbing plant with seeds in pods, each pod containing three to six seeds. The seeds are cooked before they are eaten.

If one drinks water immediately after they are eaten, a very bitter taste is left in the mouth.)

Lílò: Èdè nipa ṣiṣe ohun kan tabi hihu iwa kan ti a mọ daju pe yio mu iṣoro wa.

Use: This is said of an action which will certainly result in difficulty or suffering.

178. Awo ko mọ pe on yio jẹ ata. 3

Translation: The plate does not know beforehand that it will eat pepper (i.e. that people will put soup in it).

Lílò: Èdè nigbati ẹni kan ti o de aye ti ko ro pe on le de ba nhu iwa ibajẹ li aye giga na, yala lati kilọ fun u tabi lati sọ iwa aidà rẹ fun ọpọlọpọ enia mọ.

Use: When someone who finds himself unexpectedly in an important position begins to behave irresponsibly, this proverb is used either to warn him or to deride him, by reminding him of his previous humble position.

179. Awodi ti nre Ibara atẹgun ta a nidi pa, o ni iṣẹ kuku ya.

Translation: The hawk that was making for Ibara, the wind blew it from behind and the hawk said, 'that was quite a help.'

Lílò: Èdè nigbati ohun ti a ko nireti mu ki iṣẹ ti a nṣe lọwọ ya ju bi a ti ro; ohun ti a ko tànmọ́ mu ọran tete yanju.

Use: This is said when circumstances unexpectedly

help a man with his plans.

180. Awọnkoko mọ iṣẹ ni a ni o bu ọba ilu; o ni igbawo ni on raye bu ọba? Ki on to kọ igba l'owurọ, igba ọsan, igba alẹ.

Translation: A man who was a glutton for work was accused of abusing the king. He asked when he would have time to do so. By the time he had made 200 heaps in the morning, 200 heaps in the afternoon and 200 heaps in the evening the whole day would have passed by.

Lílò: Èdè nigbati enia ba nfi ohun ti ko nilari ṣe awawi fun ohun ti o ṣe; bi enia nṣiṣẹ tọsantoru eyini ko ni ki o ma raye sọrọ ti ko yẹ tabi bu ẹlọmiran.

Use: This is said when an unreasonable excuse is offered by someone accused of having committed an offence; working every minute of the day does not prevent a person from saying whatever was alleged to have been said by him.

181. Aye gba ògùnmò o ran 'ni si òdú, aye gba Tápà o kọle igunnu.

Translation: The Ògùnmò plant which finds room to grow sends a message to the òdú plant; the Nupe people who finds a comfortable settlement build a house for igunnu. (Igunnu is a Nupe masquerade said to be worshipped by its followers.)

Lílò: Èdè yala lati sọrọ enia laidà (ki iṣe lati yin i), tabi lati kilọ fun u, nigbati o ṣorire ti o wa ni alafia ati gbẹfẹ,

ti o dawọle ohun ti ki ba ti dawọle bi kò wa li aye ti o
ṣorire lati wa na, tobẹgẹ ti o ranṣẹ si ọrẹ ati ẹbi rẹ̀ lati
wa nipin ninu ohun rere na.

Use: When someone meets with good fortune in his
work he sends for his friends and relatives to come and
share in it.

182. Aye ki iha adiẹ ki o ma de idi aba rẹ̀.

Translation: However crowded the way may be, the
hen will reach her eggs.

Lílò: Èdè lati fihan pe bi ohun kan ti le ṣoro to bi a ba
ni ifẹ tótọ lati ṣe e, yio ṣẹ̀ṣe; bi iṣoro ti le pọ li ọna ṣiṣe
ohun kan to, bi a ba fẹ ṣe e, a o ṣe e.

Use: This corresponds to 'where there's a will, there's
a way'. It is also used to show the power of mother
love.

183. Bi a l'ogun ẹru, bi a l'ọgbọn iwọfa, ọmọ ẹni ni ọmọ ẹni.

Translation: If a man has twenty slaves, if a man has
thirty ìwòfà, his child is always his child. (An ìwòfà is
one who is serving another as a pawn for a loan).

Lílò: Èdè lati fihan pe biotiwu ki ẹru, iwọfa tabi
alagbaṣe le ṣe ẹni rere to, a ko le fi we ọmọ bibi inu ẹni;
bakanna bi ẹni kan ti le ṣe ẹni rere to, a ko le fi ifẹ ti o
ni si ọmọ bibi inu rẹ̀ we eyi ti o le ni si ẹru, iwọfa tabi
alagbaṣe rẹ̀. **Use:** However much interest a man may
take in his slaves or his pawns, his interest in his child

will always be greater. Blood is thicker than water.

184. Bi aja r'oju ẹkun a parọrọ.

Translation: When a dog sees a leopard's face it will be silent.

Lílò: Èdè pe nigbati enia ba wa niwaju ẹni ti o firì rẹ̀, o yẹ ki o ṣọra tabi o nilati ṣọra.

Use: When a man is in the presence of his superiors, he is careful of his behaviour.

185. Bi aṣa ko ba fẹ fẹ àwodi niwọn, ojuṣanma to iyekiye ẹiyẹ ifọ laigbun ara wọn.

Translation: If the hawk does not want to tease the kite the sky is big enough for any number of birds to fly without bumping into each other.

Lílò: Èdè nigbati ẹni ti o wa li aye pataki nwa awawi lati jẹ ẹni ti ko to o, tabi ti o wa labẹ rẹ̀, niya.

Use: This is said when a man in a superior position is finding fault with a subordinate in order to make an excuse for punishing or disgracing him.

186. Bi ẹbiti ko pa eku a fi ẹyin fun ẹlẹyin.

Translation: If the trap does not catch the rat, the palm nut (used as bait) is returned to the owner.

Lílò: Èdè nigbati ẹni kan ko tẹle adehun ti o ṣe, tabi ti adehun ko jẹ bi a ti ṣe e, ètọ́ ni ki a da inawokinawọ ti a ba ṣe pada fun ẹni ti o na a; apẹrẹ: bi ọmọbirin kan ko fẹ ọkọ-afẹsọna rẹ̀ mọ, ètọ́ ni ki a da ana ti a gba l'ori ọmọbirin na pada.

Use: The man who receives a favour should return the favour he receives. When the terms of an agreement cannot be fulfilled, any advance payment should be refunded. It is often used to point out that when a woman refuses to marry the man who has paid a dowry on her, the dowry should be returned.

187. Bi ẹru ba jọ ara wọn, a mọ pe ile kanna ni wọn ti wa.

Translation: If two slaves resemble one another in appearance we know that they come from the same family. **Lílò:** Èdè pe nigbati ọran ba jọ ara wọn, idi ọran mejēji na jọ ara wọn.

Use: Similar situations are likely to have a common origin.

188. Bi ilẹ ngbe oṣika, ti ko gbe aṣõtọ, bi o pẹ ire a su 'ni iṣe.

Translation: If evil-doers succeed and prosper and those who are honest do not, people will soon tire of doing good. **Lílò:** Èdè nigbati alaiṣõtọ ngberu ti ohun nlọ dēde fun u, ti o jẹ ẹni ti ngbiyanju lati ṣe rere ni ohun ko lọ dēde fun.

Use: This saying may be used as a general comment on the perplexing nature of the world, where evil often flourishes and good suffers. It may be used more particularly in referring to a dispute which, owing to some legal tangle, is decided in favour of a man whom most people think is in the wrong.

189. Bi ina jọ 'ni, jọ ọmọ ẹni, ti ara ẹni ni a nkọ gbọ̀n. Translation: If embers burn you and your child, you first shake off the one on your own person.

Lílò: Èdè pe biotiwu ki enia sunmọ 'ni girigiri to bi ọran ba ṣẹlẹ si 'ni ati on na lẹsẹkanna, a o kọ yanju eyi ti o kan 'ni na ki a to yanju tirẹ̀.

Use: It is natural to look after ourselves before anyone else, however close they may be to us.

190. Bi iyan ti nfun l'oko ẹgan, bẹ̃ni o nfun l'oke etile. Translation: As the pounded yam is white in the farm far away from the town, so it is white in the farm nearer the town.

Lílò: Èdè lati fihan pe ki iṣe awawi ti o nilari pe nitori a wa ni ibi kan tabi ni idalẹ, a l'ètó lati huwa yatọ si igba ti a wa ni ile, tabi lãrin awọn enia ẹni.

Use: The common code of conduct is the same everywhere; being away from home does not provide an excuse for doing what would be considered improper at home.

191. Bi o ti wu ki ọmọde tete ji to oko ni yio ba kùkùté. Translation: However early a child may wake up in the morning he will find the tree stumps in the farm already there.

Lílò: Èdè lati fihan pe biotiwu ki ẹni kan ro pe on gbọn to biobaṣe yio ri ẹni ti o gbọn ju u lọ.

Use: However clever a man may be, he is likely to find those who are cleverer than himself.

192. Bi ọlọgbọn ba fi were ṣe iṣu, ọmọran a mã fi gègé yan a.

Translation: If the intelligent man is cooking a yam with little thought, the experienced man will remove it (from the pot) carefully with a stick. (When yam, like potato, is boiled, it becomes soft and a man who has no experience may find it difficult to remove.)

Lílò: Èdè nigbati ẹni ti, biotilẹ gbọn ṣugbọn ti ko ni sūru, ba huwa ti ko tọ nitori ainisūru rẹ̀, ẹni ti o ri iriri ti o si ni sūru ni yio ṣe atunṣe ọran na.

Use: Although a man may have intelligence, experience is superior to it; experience is practical and teaches the best way of doing things.

193. Bi ọti npa 'ni, ṣé õrùn npa bòtí; ọró ti a da ọka ni ọka nda 'ni san.

Translation: As the strong drink strikes us, so the sun strikes on bòtí; the pain we inflict on the corn, the corn takes revenge for it on us. (Bòtí is made of corn which is placed in the sun before being boiled, to be made into a strong drink.) **Lílò:** Èdè nigbati ẹni kan gbẹsan lara ẹni keji ti a si ro pe ẹsan na tó.

Use: This is said when someone retaliates against another and it is considered the retaliation is justified.

194. Bõkinni mba ọlọrọ ninu jẹ.

Translation: A gentleman of moderate means grieves the rich man.

Lílò: Èdè nigbati a ri ọlọrọ kan t'o nlara bõkinni enia – bõkinni t'o jẹ pe iwọnba ohun t'o ni tẹ ẹ l'ọrun, o to o na, o wa l'alàfia pẹlu aya ati ọmọ rẹ̀ pẹlu orukọ rere rẹ̀, laisi hilahilo ti ko wọ́n nibiti ọrọ pupọ wa - ọlọrọ a lara titi, inu rẹ̀ a bajẹ.

Use: The rich man, who perhaps has lost his good name, becomes very envious of the gentleman of moderate means when he sees him living comfortably with his family, going about his daily work happy and contented, free from the anxieties inseparable from wealth and enjoying a good name among his neighbours.

195. Bõkinni on ọlọrọ ẹgbẹra, ọbun ati aṣiwere ikanùn; ọkanjua on ole dẹ̀dẹ̀ ni.

Translation: The gentleman of moderate means and the man of wealth are equals; the sloven and the madman are one; the covetous and the thief are the same.

Lílò: Alaye lati ṣe apejuwe ohun ti o jọra; ki iṣe pe apejuwe na jẹ otitọ.

Use: This proverb is used to bring home to an offender the seriousness of even a minor fault. The comparisons need not necessarily be true in fact.

196. Ebi npa mi ko şe fi ofe wi.

Translation: 'I am hungry' is not to be expressed by whistling.

Lílò: Èdè nigbati ẹni kan ba ni aniyan gidigidi lori ọran kan ti ko le ronu ohun miran laijẹ nipa ọran aniyan rẹ̀.

Use: When someone is really in need of something, this fills his mind to the exclusion of everything else.

197. Ẹgbẹ́ ẹja ni ẹja nwẹ́ tọ.

Translation: The same kind of fishes swim after one another, fish always swim with those of their own size.

Lílò: Èdè pe iru enia ti o ni iru iwa kanna ni nrin papọ.

Use: People in the same station in life have dealings together; and people of the same character mix together. 'Birds of a feather flock together.'

198. Ẹgbẹ́ ẹni ni a ngun iyan ewùra pe.

Translation: One should invite one's equal to join one in eating pounded ewùrà yam. (Ewùrà is an inferior kind of yam not generally used for making pounded yam.)

Lílò: Alaye pe o san ki enia mọ iwọn ara rẹ̀; ki o ma bẹ le ẹni ti o san ju u nipa eyi ti o le fi kan abuku.

Use: It is not proper to invite a man in high position to a function organised by a subordinate.

199. Ẹgbọn şiwaju o sọ aşọ kọ, aburo kẹhin o wọ ẹwu; bi a ko mọ ọlẹ, ọlẹ kọ mọ ara rẹ̀?

Translation: The elder who came first tied a piece of cloth around his body; the younger who followed wears a gown; if we do not know which of them is the lazy one, the lazy one surely knows himself.

Lílò: Èdè pe iri ohun tabi ọran fun ara rẹ̀ a mã juwè ara rẹ̀ laijẹpe ẹni kan ṣe apejuwe na.

Use: Certain situations are self-evident and need no explanation.

200. Ehin ọkankan obirin ka, olori ẹwa wó.

Translation: The front teeth of a woman fell out and the main part of beauty collapsed. (Yoruba people regard the white teeth as an essential part of beauty of a woman. It is not only the Yoruba who have this belief.)

Lílò: Èdè nigbati ẹni kan pataki ba kuro laye rẹ̀ nitorina ohun bẹrẹsi rẹhin.

Use: When an important personality is removed from an organisation this may be said if the whole organisation is accordingly disrupted.

201. Ejò kere ko kere ko ṣe di igbànú.

Translation: Whether the snake be small or big, it cannot be used as a belt.

Lílò: Alaye nigbati ẹni kan ko mọ riri agbara ẹlọmiran, ti o foju tẹ ẹ bọ, ti o fẹ ri i fin pãpa nitori o ro pe agbara rẹ̀ ko to nkan.

Use: This is said to emphasise a man's power or

89

authority when another person does not know how powerful he is, or how extensive his authority.

202. Ẹlẹṣin ṣe ogun ejò tan, ẹlẹṣin wa l'oke, ejò wa nisalẹ.

Translation: A man on horse-back has taken effective measures to avoid a snake bite; he is on the back of the horse, the snake is on the ground.

Lílò: Èdè pe ẹni ti o ba ṣe gbogbo ohun ti enia le ṣe lati dabobo ara rẹ̀ yọ ara rẹ̀ kuro ninu ewu.

Use: This expresses the idea that a man who takes careful precautions against danger may consider himself safe.

203. Ẹni mu ọti ogoji á sọrọ okò'ó.

Translation: One who drinks spirits to the value of forty cowries will speak to the value of twenty cowries.

Lílò: Èdè pe nigbamiran ọranyan ni fun ẹni ti o ni ipin ninu ohun anfàni kan ki o ṣe ohun kan dipo anfàni na; nigbamiran a ri i kedere pe o tọ ki a gbiyanju san ẹsan rere fun anfàni ti a ni ipin ninu rẹ̀.

Use: It is usually necessary to give something in return for help received.

204. Ẹni ranti ọjọ ni iṣe ọmọ oku pẹlẹ, tani jẹ ṣe ọmọ ēgun l'õrẹ?

Translation: It is the man who remembers and feels grateful who looks after the child of a deceased person;

90

who will ever show kindness to the child of an egun woman? (An ẽgun is thought to be the spirit of a dead person.)

Lílò: Èdè nigbati a ri ẹni nsan ỡrẹ fun ọmọ olỡrẹ rẹ̀; bi ẹmi olỡrẹ pãpa pada wa si aiye, o san lati san ỡrẹ fun ọmọ rẹ̀ ti iṣe ara aiye, ju ki a san a fun on pãpa (eyini ni ẽgun rẹ̀) pẹlu ijaiya nitoriti o ti di ara ọrun.

Use: A person who shows gratitude will look after the child of a deceased man without being forced or threatened to do so.

205. Ẹni sun ni à á ji, a ki iji apirọrọ.

Translation: You wake up someone who sleeps, you do not wake up someone who pretends to be sleeping.

Lílò: Èdè nigbati a ri pe ẹni kan ndibọn; o san ki a fi i silẹ nitori o ndibọn ni.

Use: When someone is pretending, the best thing to do is to avoid him or ignore him.

206. Ẹni ti a ni ki o kinrin ẹni lẹhin fi egún sọwọ, ẹni ti a ni ki o fẹ́ 'ni l'oju fi ata sẹnu.

Translation: The person we asked to help us rub our back (with a sponge) took thorns in his hand; the person we asked to blow (dust) from our eyes put pepper in his mouth.

Lílò: Èdè pe nigbamiran nigbati a nwa iranlọwọ, dipo iranlọwọ ọmọ-araiye a fi kun iṣoro ẹni; irira ati mimọ-ti-ara-ẹni-nikan pọ lãrin ọmọ-araiye tobẹ̃, nwọn ki iran

91

ẹni ti iranlọwọ tọ si lọwọ.

Use: Some people are so malicious that when you ask them for help they delight in adding to your troubles.

207. Ẹni ti a npete pero pe ki a si ọwọ rẹ̀ de ilẹ̀, pipele ni ipele sĩ.

Translation: The person that we are planning and plotting to overthrow adds success to success.

Lílò: Èdè nigbati igbiyanju ọmọ-araiye lati ba ti ẹni kan jẹ yọri si asan.

Use: This is a conventional remark used when attempts by wicked people to undo a person fail.

208. Ẹni ti iku npa ko to nkan, gbogbo aiye ni ebi npa.

Translation: Those whom death strikes (on any day) are not many, but hunger strikes the whole world.

Lílò: Èdè lati fihan bi o ti ṣoro to lati mọ oniruru ọran tabi inira ti o wa niwaju enia bẹ̃ni o dabi ẹni pe ohunkohun ko ni i lara.

Use: The number of those who die on any day is small compared with the number of those who feel hungry. It is difficult to realise the diversity of problems being faced by people who outwardly appear calm and unworried.

209. Ẹni ti kiki rẹ̀ ko yọ 'ni, aiki rẹ̀ ki ipa 'ni l'ebi.

Translation: He whose salutations do not satisfy our hunger, his lack of salutations do not make us hungry.

(See No. 242.)

Lílò: Èdè akin ẹni ti ireti rẹ̀ ṣaki, yala lati fihan pe ọran na ko dun u tabi ko fojusọna fun ireti na.

Use: This shows resignation in a situation; if someone's help makes no difference, his indifference or failure to offer help cannot aggravate the situation. It is also used by people who have been disappointed in their expectations in order to cover up their disappointment.

210. Ẹni ti ko ki 'ni ku ile padanu kabọ.

Translation: He who does not greet people with 'greetings to the household' loses his 'welcome'. (It is a matter of dispute in some areas who should give the first greeting – people entering the house or people inside the house.)

Lílò: Èdè lati fihan pe ẹni ti ko pin ohun tirẹ̀ pẹlu ẹlọmiran ko ni ètó si ara ohun ini onitọhun.

Use: This is used to show that he who does not share his good fortune with others is not entitled to share in other people's good fortune. 'One good turn deserves another.'

211. Ẹni ti nmi kùkùté ara rẹ̀ l'o nmi.

Translation: He who tries to shake a tree stump shakes himself.

Lílò: Èdè nigbati enia kan ngbiyanju lati ṣe ohun ti o firì rẹ̀; apẹrẹ: ki ẹni kan mã nikan takanrọngbọn si ijọba.

Use: This is said when a person tries to oppose what is inevitable, e.g. when an individual sets himself against the government of a country. 'He is knocking his head against a brick wall.'

212. Ẹni ti o bu ẹṣin l'ọbun jare ẹṣin, ẹṣin ko boju l'alẹ, ẹṣin ko boju l'owurọ, pètèpétè èṣí mbẹ latẹlẹsẹ ẹṣin.

Translation: One who abuses the horse for being filthy is justified; the horse does not wash his face in the evening, the horse does not wash his face in the morning; and there is thick mud since last year on the horse's hooves.

Lílò: Èdè nigbati ẹni kan nfi iwa, iṣe ati irisi rẹ̀ fihan pe awọn ti nsọrọ rẹ̀ lẹhin tabi loju rẹ̀ laidà nsọ otitọ, ki iṣe pe a korira rẹ̀ tabi a npẹgan rẹ̀.

Use: This is said when a man, by his behaviour and appearance thoroughly justifies the criticisms made of him by others.

213. Ẹni ti o da iṣu ni igùn ba ègbódò ninu jẹ.

Translation: He who harvests yam for seed makes the new yam sad. (Yams are harvested for seed – igùn - early in the rainy season, before they reach the size when they are harvested as new yams - ègbódò - for eating.)

Lílò: Èdè nigbati ẹni kan ko ni anfàni atiṣe bi o ti fẹ ki ohun le dara fun u ati awọn ẹlọmiran.

Use: This is said when some individual is not allowed to act as he himself wishes, because the well-being of the community as a whole demands otherwise.

214. Ẹni ti o fọ soke bẹ ijọ lori.

Translation: One who jumps during a dancing ceremony has done his utmost in dancing.

Lílò: Èdè pe ẹni ti o ti ṣe gbogbo ohun ti enia le ṣe ti ṣe aṣedopin.

Use: One who has done his best in a matter cannot do more.

215. Ẹni ti o gbọ́ ifá ko mọ Ọfà, ẹni ti o mọ Ọfà, ko gbọ ifá, bẹ̀ni Ifá ta l'Ọfà.

Translation: One who knows the Ifa Oracle does not know Ọfà town, one who knows Ọfà town does not know the Ifá Oracle, and yet the Ifá Oracle sells very well at Ọfà town. (This is a play on the similar sounding words Ifá and Ọfà). **Lílò:** Èdè nigbati ohun ti o yẹ ki o jẹ dọgbadọgba, fun anfàni ẹni kan tabi iru awọn enia kan, ko ri bẹ̃.

Use: This is said when things do not go as they should, as for instance when the wrong person is assigned a particular job of work when a better qualified man is readily available.

216. Ẹni ti o mọ iṣẹ òkunkùn ki o ma da oṣupa l'oro, ohun ti o ṣe li o mu 'ni rin oru, òkunkùn ko yẹ ọmọ enia.

Translation: One who knows the character of darkness should not do evil to the moon; it is circumstances which cause one to move about at night; darkness is not proper for the children of men.

Lílò: Èdè lati fihan pe ko tọ ki enia fẹran irindè oru.

Use: This is a general remark in disapproval of those who go out at night for evil purposes.

217. Ẹni ti o wa aiye ko pọ bi ẹni ti o sin wọn wa.

Translation: Those who have come to the world are not as many as those who accompanied them.

Lílò: Èdè nigbati ẹni kan, lori gbogbo anfàni ti o ni bi anfàni ẹkọ ati imọ – sibẹ ti ko nilari, ti o jẹ ipo irẹlẹ l'o nwa nigbagbogbo.

Use: This may be said when a man does not succeed in his business and he is perhaps compelled to become the employee of one who was once his subordinate. Not everyone can get to the top; only a few will be masters and a great number will be servants.

218. Ẹni ti ọṣọ ba wu k'o ṣòwò, ẹni ajé ya ile rẹ̀ l'o gbọn. Translation: One who wants beautiful things should trade (or work) for them; it is the man to whose house profit comes that can claim to be far-seeing.

Lílò: Èdè pe nitõtọ ẹni ti o ba fẹ ohun kan ọranyan ni ki o ṣiṣẹ, ki o ṣapọn fun ohun na; ṣugbọn ki iṣe gbogbo ẹni ti o ṣiṣẹ ni ohun rẹ̀ ndara, afi kiki ẹni ti o ṣorire;

nwọn a si ka ara wọn si ọlọgbọn.

Use: Although you may be working hard because you want certain things, this does not mean that you are sure to succeed; he who works hard and succeeds has the reputation of being far-seeing.

219. Ẹni ti yio mu ẹkọ fòrò yio ba ọmọ ẹlẹkọ ṣere.

Translation: One who wants to drink corn porridge will play with the child of the woman who is preparing it.

Lílò: Èdè pe ki enia to ni ẹtọ si anfàni kan o tọ pe ki on pãpa lọwọ ninu ṣiṣe anfàni na.

Use: Before one may expect rewards, one should persevere to deserve them.

220. Ẹnu aimẹnu, ètè aimete ni iko ọran ba èrèké.

Translation: The mouth that will not stop talking and the lips that will not stop moving bring trouble on the cheek. **Lílò:** Èdè lati fihan pe ẹni ti ko le kọ ahọn rẹnijanu tabi ti o le sọrọ pupọ nfi ara rẹ wewu bibọ si wahala ati ijọgbọn.

Use: He who talks too much is likely to get himself into trouble.

221. Ẹnu ehoro ko gba ìjánu.

Translation: A hare's mouth is too small for a bridle.

Lílò: Èdè ti ẹni kan le lo nipa ara rẹ pe ohun kan fìrì rẹ tabi nipa ẹlimiran pe ohun na fìrì ẹni keji na pãpa.

Use: When an important matter is being discussed and a far-reaching decision has to be taken, a man who feels that to make such an important decision is beyond him may use this proverb to show how inadequate he feels to the situation.

222. Ẹnu ki iriri ki ẹlẹnu ma le fi jẹun.

Translation: A mouth cannot be so dirty that the owner of the mouth cannot eat with it.

Lílò: Èdè pe o ṣoro nigbapupọ lati ri alēbu ara ẹni; ohun ẹni ni ijọ 'ni l'oju; ọranyan ni ki a lo ohun ti a ni nigbati ko si ọmiran.

Use: It is difficult to see the weakness of things belonging to ourselves; what we possess always seems good in our eyes.

223. Ẹran ti o jẹ èbù ni ki a gbe olọwọ rẹ yilẹ.

Translation: The domestic animal that ate the seed yam asked that its owner should be rolled on the ground.

Lílò: Èdè nigbati ẹran ọsin ẹni kan ba ohun ẹlọmiran jẹ, tabi nigbati iranṣẹ tabi ọmọdọ ẹni kan ba ohun ẹlọmiran jẹ; ohun ti ẹran ọsin tabi ọmọdọ enia kan ba ṣe, olọwọ ẹran na tabi ọga ọmọdọ na ni a o mu sanwo ohun na ti a bajẹ.

Use: When a man's animal damages another man's property, the owner of the damaged property is likely to beat the animal. The owner of the animal is likely to be annoyed and there may be a fight; when an animal damages property its owner must be held responsible.

224. Ẹru ku iya ko gbọ́, ọmọ ku ariwo ta.

Translation: When the slave dies his mother will not hear about it, but when the son dies there is noise of weeping. **Lílò:** Èdè lati fihan pe olukuluku enia ni ibikita fun ohun tirẹ̀ ju ti ẹlọmiran; ọran ọmọ ẹni a kanilara ju ti ẹru ẹni tabi ọran alarọ miran lasan.

Use: Nobody cares much about those in lowly positions. Everyone cares for his own interests before those of others.

225. Ẹṣin ku o fi iru s'aiye.

Translation: The horse dies and leaves his tail in the world. (The horse's tail is not buried with it when it dies, as it is used as an ornament and sign of authority by Yoruba kings.)

Lílò: Èdè nigbati adelé ẹni kan, yala ọmọ, ẹbi tabi ọrẹ, lo aye na gẹgẹbi o ti tọ.

Use: A man may himself be absent but he has an effective deputy—be it son, relative or friend—to look after his interests.

226. Eyi ti o l'ogbe ko ni irèré, eyi ti o ni irèré, ko ni ògàn, eyi ti o ni ògàn, ko le kọ.

Translation: The cock which has a comb on its head has no tailfeathers; one which has tailfeathers has no dew-claw; the one which has a dew-claw cannot crow.

Lílò: Èdè ti ẹni kan fi ṣapejuwe ẹni ti o korira rẹ̀, lati

99

kere rẹ ati lati ṣàta rẹ.

Use: A man says this to disparage and belittle those whom he believes to be his enemies.

227. Fi inu ṣìkà, fi ode ṣe õtọ, ẹni ti ibinu ko ni ṣai-binu.

Translation: Be malicious at heart, be true in appearance – the person who has bad feelings against you cannot help having his bad feelings.

Lílò: Èdè pe akorira ko nsaba ni idi pataki lati korira ẹni kan; o ya ẹni ibi fun ara rẹ ni; bi o ti korira enia rere, bakanna l'o korira enia buburu.

Use: An envious man does not need any justification in his own mind for his envy. He is envious of the wicked man just as he is envious of the good man.

228. Gbà wèrè, ng o gbà wèrè l'ọja fi nhọ.

Translation: 'Make a fool of yourself'; 'I'll not make a fool of myself' – so it is the market is busy. (The sellers try to get the better of the buyers while the buyers are equally resolved not to be fooled.)

Lílò: Èdè nigbati enia meji ba njiyan lori ọrọ kan, ohun ti olukuluku ro ni imã jọ o loju lori ọran na; ero olukuluku a jọ loju rẹ pe ohun lo tọna, l'o dara.

Use: This is said when there is argument in which many people are concerned, each man fighting for his own interests.

229. Gbajumọ ju ọwọ lọ, aiya nini ju õgun lọ.

Translation: It is better to be a gentleman than to be rich; it is better to be bold than to be dependent on magic medicines.

Lílò: Èdè pe ki a jẹ ẹni rere san ju ki a l'owó; ki a gbọiya san ju ki a l'õgun.

Use: This saying explains itself; it is also a comment on the beauty of friendship, the usefulness of a good reputation and possessing a good character.

230. Gbangba di ẹkun, kedere bẹ ẹ wo.

Translation: When the leopard is at large, he will be seen by everybody.

Lílò: Èdè pe nigbati ọran kan ba kuro ni ọran ikọkọ ẹnikẹni ni imọ nipa rẹ̀.

Use: The affair has become a matter of common knowledge. 'Every Tom, Dick and Harry knows about it.'

231. Gbangba ni a nṣe gbangbà; bi ẹṣin ba ku ita gbangba l'a nsin i si.

Translation: Matters which cannot be hidden must remain in the open; when a horse dies it must be buried outside. (Yorubas bury their dead inside the compound.)

Lílò: Èdè nigbati o tọ pe ki a ṣe ọran kan ni ọran gbangba ti ẹnikẹni yẹ ki o mọ nipa rẹ̀.

Use: This is said to show that a situation is such that it cannot (or ought not to) be hidden.

101

232. Gbogbo ẹranko igbẹ́ pé nwọn pinnu pe nwọn o fi kòríkò jẹ aṣipa wọn. Nwọn ranṣẹ lọ sọ fun u, inu rẹ̀ dun, ṣugbọn igba ti o ṣe, o busẹkun. Nwọn bi i pe: Kini ṣe ti o fi nsunkun? O dahun: Bọya ki ẹ ma lọ tun ọrọ na ro ki ẹ sọ pe ki iṣe bẹ̃ mọ!

Translation: All the animals met and decided that the hyena should be made the aṣipa of their community. They sent to inform him and he was at first very happy; but after some time he burst into tears. They asked him: 'Why are you weeping?' He answered: 'Perhaps you may give the matter further consideration and then say it is no longer so.' (The aṣipa in Yoruba society is the secretary or the organiser.)

Lílò: Èdè ẹni ti a mu irohin didara kan lati okèrè wa fun, ti irohin na dunmọ tobẹ̃ ti o fi powe yi lati sọ pe, o ro pe ireti ti a fun on ko ni ṣaki tabi a ko ni tun ọran na daro ti ireti na yio fi ṣaki.

Use: This expresses gratification on receiving unexpected good news about an important matter. A person who uses this proverb will impress upon the man who brings the good news how pleasing it is to him, and that he hopes there will not be second thoughts about it.

233. Gudugudu f'oju jọ èsúrú bẹ̃ni ko ṣe jẹ.

Translation: Gudugudu resembles èsúrú in appearance yet it cannot be eaten. (Èsúrú is a sort of yam; gudugudu is a poisonous variety.)

Lílò: Èdè lati fihan pe ki işe gbogbo ohun ti o dara l'oju ni o dara nitõtọ.

Use: It is not everything which looks good that has quality. 'All that glitters is not gold.'

234. Ibaluwẹ gbe ile şe bi akùrò.

Translation: Although the bathroom is inside the house, it is always as well watered as a garden by the waterside.

Lílò: Èdè ẹni ti nkan dara fun ti o fẹ yangan nitori ko ni anfàni pupọ.

Use: This saying is used of a self-made man who has made his way in the world in spite of his lack of early advantages. A man may apply the saying to himself or it may be applied to him by others.

235. Ibi ajá ni a ti nmọ onroro apọ́n.

Translation: It is from his dog that we recognise a bachelor who is hard to live with.

Lílò: Èdè lati fihan pe nipa iha ti ẹni kan kọ si ohun kekere ni a şe le mọ ohun ti o le şe nipa ohun nla; apẹrẹ: bi apọ́n ba ti tọju aja rẹ̀ si, a le fi mọ bi yio ti tọju iyawo rẹ̀ nigbati o ba gbeyawo.

Use: A man's attitude towards unimportant things often offers a clue to his character in general.

236. Ibi ènì ni a npa ọmọ alakara si.

Translation: It is on the question of an extra that the child of the bean-cake seller is killed (i.e. she refuses point-blank to give more than the amount fixed for any one price).

Lílò: Èdè nipa awọn ti o pinnu lati duro ṣinṣin nidi ohun ti nwọn gbagbọ pe o jẹ otitọ bi a tilẹ fẹ gba ẹmi wọn nidi ọran na.

Use: This is a comment on the determination of people to stand by what they believe to be the truth, even when their lives are being threatened.

237. Ibi iṣana ni a ti nkiyesi õgun.

Translation: It is from matches that we turn our attention to magic charms. **Lílò:** Èdè pe nigbapupọ ohun kekere ni ijẹri ohun nla; bi o ti jẹ ohun iyanu bi a ṣe fi ina pamọ sara iṣana ti gbogbo enia mọ l'otitọ, bẹni o yẹ ki a gbagbọ pe iru õgun kan le jẹ́ tabi a le fi ṣe ohun iyanu.

Use: The striking of fire from a match seems to be miraculous, so it is not unreasonable to believe that other miracles can be produced by means of charms.

238. Ibi ti a fi iyọ si ni iṣe omi si.

Translation: It is where we put the salt that it turns into water.

Lílò: Èdè pe ki olukuluku mojuto ọran ara rẹ̀, ki a yẹ da si ọrọ-ọlọrọ; ki a mojuto ohun ti a fi 'ni ṣọ; ki a ba

104

'ni nibiti a fi 'ni si; ki a ma da si ọran ti ko kan 'ni.

Use: People should mind their own business. A person placed in charge of something should not exceed the authority given him.

239. Ibi ti inu mbi asé de, inu ko gbọdọ bi ikoko ogi tobẹ; inu iba bi ikoko ogi, ẹlẹkọ ko ba ri dá.

Translation: The pot for corn starch should never get angry to the extent that the sieve gets angry; if the starch pot gets angry, the corn porridge seller would never be able to work. (Corn starch passes through the sieve; if it is passed through the pot as well there would be no porridge.)

Lílò: Èdè lati fi iwa aṣeju tabi ibinu ẹni meji we ara wọn; bi oninufùfù ko ti le ṣe aṣeyọri ti onisũru le ṣe.

Use: This may be said, for example, to show that the magistrate judging a case usually takes a more lenient view than the police who prosecuted.

240. Ibi ti o wu ẹfũfu ni idari igbẹ si, ibi ti o wu olọwọ ẹni ni iran 'ni lọ.

Translation: A strong wind blows the forest in any direction it likes, the owner of the slave can send him wherever he wishes.

Lílò: Èdè lati fihan pe ẹni ti o jẹ oluwa ẹru, olówó iwọfa, baba tabi iya ọmọ l'ètó lati paṣẹ.

Use: He who has rights over another, as a parent or

otherwise, can dispose of him as he wishes.

241. Igba a ri 'ni l'owurọ ẹni.

Translation: Whenever you see a man it is the morning, so far as he is concerned.

Lílò: Alaye pe igba ti enia ṣe ohun ti o yẹ ki o ṣe l'owurọ aiye rẹ̀ ni igba owurọ rẹ̀ nitori iṣiro asiko enia l'aiye ki iṣe nipa ọjọ ori rẹ̀ nikan ṣugbọn l'ọna pataki nipa onirũru ohun ti o ṣe ati igba ti o ṣe e.

Use: The early days of a man's life are considered to be in the morning of his life; when events which normally occur during early life come later in life, the time of the event is regarded as the morning. For example, a married couple who do not have children until late in life are regarded as being in their morning when the baby arrives.

242. Igi ti a fẹhinti ti ko gba 'ni duro, bi o wó lu 'ni, ko le pa 'ni.

Translation: The tree on which we lean and cannot support us, if it falls down on us it cannot kill us.

Lílò: Èdè akin ẹni ti ireti rẹ̀ ṣaki, yala lati fihan pe ọran na ko dun u tabi ko fojusọna fun ireti na.

Use: This proverb is similar in application to No. 209.

243. Igi wọrọkọ da ina ru, enia buburu ba ile jẹ.

Translation: Crooked firewood disturbs the fire, a bad man upsets the home.

106

Lílò: Èdè ati ikilọ nipa enia buburu ti o le ba nkan jẹ.

Use: This is a warning about bad people who can cause trouble.

244. Ihin ọja ni a ngbọ n'ọja.

Translation: The news we hear about a market makes us frequent the market.

Lílò: Èdè pe irohin enia ti a ba gbọ ni a o fi ba a huwa, nitorina ki a sọra ki a le rohin rere nipa wa.

Use: People tend to be treated according to the reports that are circulating about them. 'Give a dog a bad name and it stinks.'

245. Ijọ mbẹ ninu arọ, ẹsẹ ni ko si.

Translation: The lame man knows how to dance, only he has no feet.

Lílò: Èdè nipa ẹni ti ko l'anfàni lati ṣe ohun ti o le ṣe, bi ki ẹni kan mọ iṣẹ kan ṣugbọn ki a ma fun u ni anfàni ki o ṣe e wo.

Use: This is said of someone who is not given an opportunity to show what he can do.

246. Ijogbọn l'ọrun ẹni kò i ku, ẹni ti o ku bọ lọwọ apọn.

Translation: Troubles hang around the neck of a man who has not yet died; the man who has died is free from worry. **Lílò:** Èdè lati fihan pe nigbati enia wa laiye kò i kọja iṣoro tabi wahala; kiki ẹni ti o ti ku ni iṣoro ko le ba mọ.

Use: This is said to console a person who finds himself

in a harassing situation, which may be due not to his own fault but to circumstances beyond his control.

247. Ikanju on pẹlẹ ọgbọgba ni wọn.

Translation: Haste and cautiousness are the same.

Lílò: Èdè lati fihan pe nigbapupọ o san ki a fi pẹlẹ ṣe ohun kan ju ki a ṣe e nikanju; nigbati ko dara to, a nilati tun ṣe e, asiko ti o gba nikẹhin a si ju eyi ti iba gba bi a ba fi pẹlẹ ṣe e ni ibẹrẹ.

Use: To be in haste is sometimes unprofitable. A thing done in haste may have to be done again and will take as much time as if the thing were done cautiously. 'More haste, less speed.'

248. Ìkàté fi ori gbùsì, ohun ti npeja wa nisalẹ omi.

Translation: The marker cork is held responsible, but what kills the fish is at the bottom of the water. (Ìkàté is the floating cork which marks the position of a certain kind of fish trap under water.)

Lílò: Alaye nigbati a npòkiki ẹni kan nitori iwọnba ipa rẹ̀ ninu ọran pataki, bẹ̃ni ẹlọmiran patapata ni o nṣe gudugudu meje nidi ọran na ti o si nni ẹniẹlẹni lara tabi ti o njẹ ẹ niya.

Use: We sometimes speak ill of certain people because of the part they played in a certain incident, but in reality what they did was quite unimportant compared with the part played by others.

249. Ikorita meje ti idāmu alejo.

Translation: The cross-roads with seven ways which confuses the stranger.

Lílò: Èdè pe ọran didiju ti ibẹrẹ rẹ̀ ko ṣoju alejo le da a lãmu. **Use:** A man will be confused by complicated problems whose origins are unknown to him.

250. Iku ẹja ni imu ẹja mọ ilu.

Translation: It was the fish's death that brought the fish to the town.

Lílò: Èdè nigbati ọran ọranyan ti o ba ẹni kan sun u de aye ti ko yẹ ki a ba a.

Use: This is said when circumstances force someone to do what he would not normally do.

251. Iku ti ko ni pa 'ni, ni igbe alawọ 're kọ 'ni.

Translation: The death which will fail to kill us brings an expert physician to our presence before it is too late.

Lílò: Èdè nigbati ẹni ti o wa ninu wahala ri iranlọwọ, ti a si yọ ọ kuro ninu wahala na, l'asiko gan ti wahala na iba bori rẹ̀. **Use:** This is said when someone who can save us from trouble, danger or illness, arrives in the nick of time.

252. Ile ahun ko gba ahun, ọdẹdẹ ahun ko gba alejo; ahun kọ ile rẹ̀ tan, o fi ọdẹdẹ si ibàradi.

Translation: The tortoise's house is not big enough for him; the tortoise's verandah is not big enough for

109

guests; the tortoise has finished building his house and has put the verandah on his buttocks.

Lílò: Èdè lati fihan pe o ṣanfàni nigbapupọ ki ẹni kan kọ ronu nipa ara rẹ̀ ati ọran ti o kan a ki o to ronu nipa ọran ẹlọmiran tabi atiṣe iranlọwọ fun ẹlọmiran.

Use: Living by oneself has advantages. It is good to be self-contained and have no need to ask for advice or help from others.

253. Ile òṣònú ni a nya; tani jẹ́ ya ile ahunkahun?

Translation: People call on a kind man; who ever cares to call on a miser?

Lílò: Èdè lati fihan pe ọlawọ ati oninurere enia ni ẹnikẹni iféran, ṣugbọn ahun ni ẹnikẹni ko bikita fun.

Use: A kind man is always popular while a miser is not.

254. Ileri ile ko mọ ti a njagun, kuféṣkuféṣ ko mọ ija; ijọ ti a ri ogun l'a mọ ojó.

Translation: Boasting at home has nothing to do with fighting, bragging has nothing to do with battle; it is on the day we see battle that we know the coward.

Lílò: Èdè nipa awọn ti imã funnu, yala nitori ọpẹ ti wọn yà, tabi lati gbe ara wọn ga ju bi wọn ti mọ nitõtọ.

Use: This is said to disparage people who boast before the event, either because of their inexperience, or just because they wish people to think highly of them.

255. Ilu ti a gbe ni a ngbawin, arà-ìsan ni ko sunwọn.

Translation: One can buy on credit in the town in which one lives; non-payment for an article bought is what is improper.

Lílò: Èdè pe a ni ẹtó bi ọmọ-ilu si oniruru anfàni ti o wà ni ilu na, ṣugbọn ọranyan ni ki a mã ṣe iṣẹ wa bi ẹtó si ilu na. **Use:** Comment that we are entitled to certain privileges in the community in which we live; what is improper is neglect of our responsibilities to the community.

256. Imado iba ṣe bi ẹlẹdẹ a ba ilu jẹ, ẹru iba jọba enia ko ku.

Translation: If the wild boar behaved like the domestic pig it would ruin the town; if the slave were king no decent person would be left.

Lílò: Èdè nipa ẹni ti o wa ni ipo giga ti o nfi aye na ni ẹlọmiran lara; bi o ba wa li aye ti o ga jubẹlọ iwa rẹ̀ iba buru rẹkọja.

Use: This is said when someone is using the minor position he has attained to revenge himself on his enemies, or for his personal advantage.

257. Imale gbawẹ o ni on ko da itọ́ mi, tani nṣe ẹlẹri ọfun?

Translation: The Muslim fasts and says he does not even swallow his spittle. Who can testify to what is happening in a man's throat? (When Mohammedanism was first introduced to Yoruba people there were more ostentatious muslims who claimed that they do not swallow even the saliva in their mouths during a fast.)

Lílò: Alaye nipa ẹni ti gẹgẹbi iri èrí rẹ̀, ẹnikẹni ko le mọ otitọ rẹ̀, afi kiki ẹni na nikanṣoṣo ti njẹri. .

Use: Comment on unpracticable (or impossible) evidence, the truth of which is difficult to prove. Statements are often made in court which can neither be proved nor disproved.

258. Ina ile ni ọmọ ẹranko nya kẹhin.

Translation: It is at the home fire that the animal warms itself for the last time. (An animal may warm itself by the ashes of fires in farmers' huts when the farmers themselves have returned to their villages, but after it is killed it gets cooked at the home fire.)

Lílò: Èdè nipa ẹni ti nhuwa aibikita si awọn òbi, ọrẹ ati awọn enia rẹ̀ bọya nitori o wa laye giga loni; nikẹhin o le jẹ ọranyan fun u lati wa iranlọwọ awọn ẹni ti ko bikita fun tẹlẹ.

Use: This is said of a man who behaves without regard for his family; in the end he will have to return home and ask for their help.

259. Inu ẹni ni orukọ ti a o sọ ọmọ ẹni igbe.

Translation: The name we shall give to our child stays inside us, and is not revealed. (Naming of children is very important in Yoruba custom.)

112

Lílò: Èdè pe ọgbọn ni ki enia ma sọ gbogbo ọrọ inu rẹ̀ tan fun ẹlọmiran titi asiko ti o yẹ lati ṣe bẹ̃.

Use: It is reasonable to keep certain things secret until the appropriate time.

260. Ipako onipako l'a nri, ẹniṣẹlẹni ni iri tẹni.

Translation: We can see the backs of other people's heads, and other people can see the back of ours.

Lílò: Èdè pe o yẹ ki enia ṣọra lati da ẹlọmiran l'ẹjọ, nitori bi o ti ri ihoho ẹbi ẹni kan, bẹ̃ni ẹlọmiran nwọ ihoho ẹbi rẹ̀. **Use:** We must be careful about criticising others, since they can see our faults as well as we can see theirs.

261. Ipin aiṣe, ipin airò ni ipa aláròká.

Translation: The destiny of the innocent, the destiny of the uncomplaining kills the gossip.

Lílò: Èdè pe bi o tilẹ pẹ, olofofo ko ni lọ laijiya.

Use: A gossip will not in the end go unpunished.

262. Iru aṣọ ko tan ninu aṣọ.

Translation: No variety of cloths is unique among cloths.

Lílò: Èdè pe ko si ẹni ti o ni ẹtó lati sọ pe ko si iru on; bi ko ba si li aye na ẹlọmiran yio wa nibẹ, bọya ti yio tilẹ le ṣe aye na san ju tirẹ̀ lọ.

Use: No one can rightly claim that there is nobody like himself.

113

263. Iṣẹ ti ẹfufulẹlẹ nṣe si oke l'ọrun, ti ko wó, ti ko ya, Ọlọrun Ọba ni ko jẹ.

Translation: The action of the strong wind against the top of the mountain, and yet it could not pull it down nor break it in pieces – it was the Lord God who forbade it.

Lílò: Èdè nigbati a ri ọpọlọpọ iṣoro ti ẹni kan la kọja laibọ-hun, ti o jẹ pe Ọlọrun nikan ni o gbe e leke.

Use: This is said when someone overcomes difficulties which many people believe he cannot surmount.

264. Iṣẹ ti igbà nṣe ọpẹ, iba ṣe agbọn bẹ̃ ko l'ewe l'ori.

Translation: The treatment which the igbà gives the palm tree, if it were to give such treatment to the coconut tree, it would have no leaves. (Igbà is a twisted rope specially made for climbing palm trees.)

Lílò: Èdè lati fi ifarada ati iforiti enia meji we ara wọn.

Use: This is said to compare the power of endurance of two men.

265. Iṣu ẹni ki ifi 'ni pe ọmọde ki o ma ta.

Translation: The yam belonging to a person does not call that person a mere child and then refuses to sprout and yield. **Lílò:** Èdè pe o yẹ ki ẹnikẹni gbadun ohun ti o ba l'ètó si, bi oluwarẹ̀ tilẹ jẹ ọmọde tabi ọmọ-òdà.

Use: Everyone is entitled to his rights, which should

be accorded to him even though he may be a child or a subordinate.

266. Iṣu ẹni ni iki ọwọ ẹni bò epọ.

Translation: It is a man's yam which pushes his hand into the palm-oil. (The Yoruba normally eat with their fingers and take palm-oil with yam.)

Lílò: Èdè nigbati a ba gba iya ati iwọsi lori ọran kan nitori ẹlọmiran pãpa ẹni ti o kere si 'ni, bi igbati baba kan jiya nitori ọmọ tabi aya rẹ̀.

Use: This is said when a man suffers an indignity which he cannot avoid because of other people, e.g. his wife or his children who are involved in the situation.

267. Iti ọgẹdẹ bọ lọwọ ọbẹ gbẹnagbẹna.

Translation: The banana tree is free from the knife of the carver.

Lílò: Èdè lati fihan pe ohun tabi ọran pupọ wa nitori iri rẹ̀, ẹnikẹni ko le ṣe ohunkohun nipa rẹ̀; ohun tabi ọran pupọ wa ti o ju agbara ọpọlọpọ enia.

Use: There are certain things which, by their nature, are unsuitable for certain purposes or which cannot be treated in a particular way.

268. Itọju ni o yẹ abẹrẹ.

Translation: To be cared for is a necessity with the needle. (Because it is small and can easily get lost.)

Lílò: Èdè nipa ohun, gẹgẹbi iri rẹ̀, o yẹ ki a tọju rẹ̀

yatọ si ohun miran.

Use: This is said of anything that needs special care.

269. Iwa jọ iwa ni ijẹ ọrẹ.

Translation: Similar characters make a friendship.

Lílò: Alaye lati sọ pe ẹni meji ti iwa wọn jọra l'o le ṣe ọrẹ pọ.

Use: Two people cannot be friends unless they have many things in common. 'Show me your friend, and I will tell you what you are.'

270. Iwa rere ni ẹṣọ enia, ehin funfun ni ẹṣọ oge.

Translation: Good character is the adornment of man, white teeth are the adornment of a fine lady.

Lílò: Èdè pe o pé lati jẹ enia rere: ẹnikẹni yio mà yẹ ẹ si, yio lokiki.

Use: This is a comment on the importance of a good character.

271. Iya ni wura, baba ni digi.

Translation: Mother is gold; father is glass.

Lílò: Èdè lati fihan pe iya gbe ọmọ rẹ̀ l'ọkan ju baba lọ.

Use: Someone's mother (in a polygamous household) is more interested in him than is his father, because the father has many children of different mothers but a mother thinks only of her own children.

272. Iyan ni ońjẹ, ọkà li õgun, airi arara l'a njẹ ẹkọ.

Translation: Pounded yam is real food, ọkà is as good

a food as a medicine; it is when there is no other food at all that we eat ẹkọ. (Ẹbà or ọkà is a mixture of powdered cassava (gàri) and hot water; ẹkọ is cooked corn starch.)

Lílò: Èdè lati fi iru ifẹ ti a ni si oniruru nkan han; si oniruru ońjẹ, si oniruru enia ati ẹni ti a rò pe o ṣenia julọ.

Use: This is a comment on the value of various foods which can also be applied to other situations, such as our assessment of people.

273. Jàgàjígí ko mõgun, ogun npa ẹlẹgbẹjẹ adó.

Translation: Quantity has nothing to do with juju; battle kills the man with 1,400 medicine calabashes.

Lílò: Èdè pe ọpọ̀ ògun ko ni ki ògun jẹ tabi ki o dara; bi o ti wu ki ògun pọ to ológun na yio ku l'ọjọkan.

Use: However much juju a man has he must die some day or other.

274. Jẹnjẹ ni imu ayò dun.

Translation: It is equality which makes the warri game pleasant.

Lílò: Èdè pe o san ki a ba ẹni ti o jẹ ojugba ẹni ni ajọṣe ju ẹni ti ko to 'ni t'o le mã ro pe a nrẹ on jẹ.

Use: It is more enjoyable to deal with an equal in a matter, than with someone who will be forced to agree with us.

117

275. Kàkà ki kiniun ṣakapò ẹkùn, olóde a mã ròdé.

Translation: Instead of the lion becoming the servant of the leopard, each one will go out on visits separately.

Lílò: Èdè pe o san ki enia da wa fun ara rè ju ki o wa labẹ ojúgbà rẹ̀.

Use: People prefer to be independent and work for themselves rather than be the servant of someone who is no more than their equal.

276. Kàkà ki o san lara ajẹ́, o nfi ọmọ rẹ̀ bi obirin, ẹiyẹ nyi lu ẹiyẹ.

Translation: Instead of things improving with the witch, she has female children (who will become witches in their turn); vampire bird is added to vampire bird.

Lílò: Èdè nipa ẹni ti dipo ki iwa ibi rẹ☐ dinku, o nni anfàni kun anfàni lati mà huwa ibi siwaju si.

Use: This is said of people who go from bad to worse, or of a situation which, instead of improving, becomes more and more dangerous.

277. Kekere ajanaku ki iṣe ẹgbẹ́ ẹfɔ̀n.

Translation: The smallest elephant is bigger than a buffalo. **Lílò:** Èdè nigbati ẹni kini nfunnu pe on san ju ẹni keji nipa ibí tabi ọna miran ti nṣe ajogunba.

Use: This is used to emphasise the superiority of one man to another because of his birth or position.

278. Kerekere l'eku njẹ awọ, diẹdiẹ l'ēra mbọyẹ..

Translation: Rats gnaw through leather by degrees, ants cover the feathers (of a dead bird) gradually.

Lílò: Alaye pe ẹnikẹni ti o ba fẹ ṣe aṣeyọri nilati musūru. **Use:** This proverb emphasises the need for patience and persistence, like 'many a mickle makes a muckle'.

279. Ki a to ri erin o di igbo; ki a to ri ẹfọ̀n, o di òdàn; ki a to ri ẹiyẹ bi okin, o di kése.

Translation: Before we can find an elephant we must go to the forest; before we can find a buffalo, we must go to the grassland; before we can find a bird like the egret it will be a long time.

Lílò: Èdè apọnle fun ẹni ti o wa ni aye giga nipa fifi we ẹlọmiran ti o wa nipo irẹlẹ.

Use: This is said in extravagant praise of a person who stands out among his contemporaries.

280. Ki ẹru mọ ara rẹ̀ l'ẹru, ki iwọfa mọ ara rẹ̀ l'iwọfa, ki ọmọluwabi mọ ara rẹ̀ l'ẹru ọrun.

Translation: Let the slave realise that he is a slave; let the pawn realise that he is a pawn and let the gentleman realise that he is a slave of the gods.

Lílò: Èdè pe ohun ribiribi ni lati jẹ ọmọluwabi enia; bi onirūru enia tilẹ mọ aye wọn ni ile-aiye - yala aye rere tabi buburu - ọmọluwabi yẹ ki o mọ pe iranṣẹ ni on jẹ fun ẹlọmiran ere on ki iṣe ni ile-aiye yi.

119

Use: He who is a gentleman has little or no reward here below; he is here to serve others.

281. Ki l'ori ṣe ti ejika ko le ṣe? Ejika rẹru o gba õdunrun, ori ru tirẹ̀ o gba ogúnlúgba.

Translation: What can the head do that the shoulder cannot do? The shoulder carried a load and received 300 cowries, the head carried its own load in turn and received 220 cowries.

Lílò: Èdè lati ṣe afiwe lãrin enia meji, ètò meji tabi ohunkohun iru miran.

Use: This is said in making comparisons between two persons, situations, or organisations.

282. Ko dun mi, ko dun mi, agbalagba mbu ọpa lẹriamẹfa nitori iyan ana.

Translation: 'It does not worry me, it does not worry me', the elder swears six times by his god because of yesterday's pounded yam. (He is offended because it was not offered to him, but affects not to be.)

Lílò: Èdè nigbati ẹni kan ni on ko bikita fun ohun kan sibẹ ti ko mu ẹnu kuro lara ohun na, ti o ntẹnumọ ọ gidigidi nigbagbogbo bi ko ti bikita fun u to.

Use: People sometimes pretend that they are not concerned about a thing but by continually protesting their unconcern they betray their real feelings.

283. Ko si bi a ti le ṣe ẹlẹdẹ ki a ma pafọ.

Translation: There is nothing we can do for the pig to stop it wallowing in the mire.

Lílò: Èdè nigbati a ri ẹni ti iwa ibi kan ti mọlara tobẹ̃, lori gbogbo ikilọ, ti o pada si iwa ibi rẹ̀ na.

Use: Whatever we do, a person cannot alter an ingrained habit.

284. Labalaba nfi ara rẹ̀ we ẹiyẹ, ko le ṣiṣe ẹiyẹ.

Translation: The butterfly may compare itself with a bird, but it can never act like a bird.

Lílò: Èdè apejuwe agbara, aye tabi ipo lãrin enia meji, ti ekini jẹ oga ti ekeji jẹ ọmọ-ẹhin.

Use: This is said to compare the position of two people one being superior and the other subordinate.

285. Lákáláká ko ṣe fi l'àjà; ọmọ ēgun ko ṣe gbe ṣire.

Translation: You cannot separate two people who are fighting when you have to hop on one leg; no one can use an ēgun's child to play with it.

Lílò: Èdè pe nigbati iwọ pãpa wa ninu wahala tabi iṣoro, o ko le ran ẹlọmiran lọwọ.

Use: This is a comment on the difficulty of assisting others when you are handicapped yourself.

286. Lambẹ le ya agbado l'oko, ki a wa gba ibeji l'oju nle?

Translation: Can a monkey steal our maize on the farm and we then slap the face of the twin at home (for doing so)?

Lílò: Alaye lati sọ bi iṣoro, aidọgba ati aisòtọ inu ọrọ kan ti le pọ to.

Use: This is said to point out the incongruity of an action in relation to what preceded it.

287. Maku ko mọ awo, o mbu ọpa; Maku ko mọ iwẹ, o nmọku l'odo, nigbawo ni Maku ko ni ku?

Translation: Maku (do not die) is not initiated into the cult and yet swears by the god (a practice open only to cult members); Maku does not know how to swim and yet dives in the river. How (literally 'when') will Maku fail to die?

Lílò: Èdè nigbati ẹni kan nṣe ohun ti o le fa a si ijọgbọn, pa a lara, tabi ti o le pa a nitori aigbọn rẹ̀ tabi nitori airi iriri rẹ̀. **Use:** This is said when a man acts quite irresponsibly in a way that will obviously land him in trouble.

288. Malũ ti ko ni iru Ọlọrun ni ilẹ ẹṣin fun u.

Translation: It is God who drives away the flies for the cow who has no tail.

Lílò: Èdè ẹni ti ko ni oluranlọwọ pe Ọlọrun ni yio ṣe oluranlọwọ rẹ̀.

Use: A person who has no one to help him uses this proverb to show that God will help him and bring someone to his assistance.

289. Meji ni ilẹkun; bi ko ṣi s' inu yio ṣi s'ode, bi ko ti s'inu yio ti s'ode.

Translation: A door has two ways; if it does not open inwards, it will open outwards; if it does not shut outwards it will shut inwards.

Lílò: Èdè nigbati o jẹ pe ọna meji pere ni a le gba ṣe ohun kan tabi yanju ọran kan; apẹrẹ: ẹni ti o jẹbi ẹsun ti a fi sùn u ni kọtu yio sanwo ti adajọ bu le e, tabi ki o lọ ẹwọn.

Use: This is said of a situation which admits of only two alternatives; for example, a man found guilty of an offence will either be fined or sent to prison.

290. Melo ni a o ka ninu ehin Adepele? Tinu ọrún, t'ode ọjọ, ejilerinwo èrigì nfọri mulẹ laiyo.

Translation: How many of Adepele's teeth can one count? He has one hundred teeth inside, he has one hundred and sixty outside, while four hundred and forty molars are hidden out of sight.

Lílò: Èdè lati ṣe apejuwe, li ọna aṣọrẹgẹ, bi alēbu ẹni kan ti pọ to.

Use: This is said by way of exaggeration, to describe a person with many defects.

291. Mimú aró ko to ti abẹ, iká ẹṣin ko to ti enia, ẹṣin ti o fi ọmọ rẹ̀ silẹ ti o nfẹhin gbọmọlọmọ kiri.

Translation: The sharpness of blue dye is not as much as that of a razor (play on the verb mú); the cruelty of a horse is not as great as that of man; the

123

horse which leaves its child and carries about another person's child.

Lílò: Èdè lati fi ika ati orukọ buburu ẹni kan we ti ẹni keji. **Use:** This is used to compare one man's cruelty or evil reputation with another's.

292. Mo ni àjowò, nwọn ni àjowò, ohun ti a ba jọ wo gigun ni igun.

Translation: I said 'let us examine it together'; they said 'let us examine it together'; what is examined together is brought to a successful conclusion.

Lílò: Alaye pe bi ẹni meji tabi jubẹlọ ba jijọ pa érò pọ lori ohun kan, ohun na yio dara ju ki o jẹ ẹni kanṣoṣo ni o nda a ṣe.

Use: Two heads are better than one; things done with the agreement of others are likely to satisfy all those concerned.

293. 'Mo yó lana', ko kan t'ebi.

Translation: 'I was full yesterday' has nothing to do with today's hunger.

Lílò: Èdè lati fihan pe bi ẹni kan ni itẹlọrun l'oni, eyini ko ni ki o ma si ohun miran ti yio nọga si lati ni l'ọla.

Use: If a man is satisfied today, that does not mean he will not be eager for more at another time.

124

294. Nawọnawọ ko na ṣẹgi, òtòṣi ko na erè dagba; oluponju ti nṣẹgi ta nigbẹ, owo ni gbogbo wọn nna.

Translation: It is not coral beads that the lavish spender spends, it is not beans that the destitute man spends as he goes on in years; the poor man who cuts wood in the forest for sale – it is money they all spend.

Lílò: Èdè pe ọnakọna ti o le gba ri owo ko ṣe nkan bi o ba jẹ ọna ododo; yala owó pupọ ọlọrọ tabi diẹ ti talaka ohun ti o ṣe pataki ju ni ọna ti a ba ri owo.

Use: Whatever kind of work you do to earn money, it does not matter, since you obtain legal tender for it; with the very poor and the very rich, money has the same value, but people must spend according to their means.

295. Ng o gúnyán, ng o bùn ọ jẹ, ibi ẹsun iṣu li a ti imọ.

Translation: 'I will pound yam and give you some to eat' – it is from the baked yam that we know whether this is true. (Pounded yam is more highly regarded than baked yam.)

Lílò: Èdè pe bi enia ti ṣe nigbati o ni ohun diẹ ni yio fihan ohun t'o le ṣe nigbati o ba ni pupọ.

Use: We know what to expect of a man when he has much to give from his attitude but little to give in reality.

125

296. Nigbati ọwọ ẹni ko ba to ohun ti a dù, a ni ko s'ohun ti a jẹ ti ki itan.

Translation: When our hand cannot grasp what we struggle to obtain we say there is nothing we possess which does not come to an end.

Lílò: Èdè ẹni ti, lẹhinti o nọga lati ni ohun kan, ti ọwọ́ rẹ̀ ko to o, ti o sọ ireti nu, ti o ndarale pe bọya ohun na ko tilẹ nilari tabi ko yẹ bi ohun ti o to ki ohun ṣe aniyan tobẹ̃ nipa rẹ̀. **Use:** This is said when someone gives up trying when he cannot get what he wants, consoling himself with the reflection that what he wants has really no value, like the fox and the grapes in the fable.

297. Ninu ikoko dudu ni ẹkọ funfun ti njade.

Translation: The white porridge comes from the black pot. **Lílò:** Èdè pe ohun rere le ti inu ohun ti ko nilari jade; apẹrẹ: ọmọ t'o l'ọpọlọ, t'o le mọwe pupọ, le jẹ ọmọ ti obi rẹ̀ ko nilari.

Use: A good thing may come from a bad one. A clever child may be the son of poor parents.

298. Ninu ileku ni Orò njẹ.

Translation: The Orò god is fed from burial ceremonies. (During the burial ceremonies of an Orò worshipper various sacrifices must be made to Orò.)

Lílò: Èdè bi ẹni kan ṣe ngba ẹbun ati owó-ẹhin ni aye pataki ti o wa.

Use: A man in a position of authority gets presents or bribes by virtue of his office.

299. Ninu palaba, ninu ṣigidi, ẹrẹkẹ yio ṣe ọkan.

Translation: Either flat or puffed out, the cheek will be one or the other. **Lílò:** Èdè nigbati ohun sú enia, ti o sún kan ogiri ti ko mọ ohun ti o le ṣe; pẹlu iyemeji ko bikita ibikibi ti ohun ba le yọri si, yala rere tabi buburu. **Use:** This is said when a man is at his wit's end and becomes desperate, not knowing what to do next, or when. He is faced only with a choice of evils and has to act somehow, without much hope of any good resulting from his actions.

300. Nitori aditi ni ọjọ ṣe nṣu, nitori afọju ni o ṣe nkù.

Translation: The rain forms dark clouds in the sky for the sake of those who are deaf, it rumbles for the sake of the blind. **Lílò:** Èdè pe oniruru ọna ki a le jare l'o yẹ ki a ṣe kilọkilọ ki alawawi ma le jare. **Use:** Warnings are given to people in different ways.

301. O bã so iyùn, ki o sọ sẹgi pẹlu, ata wẹrẹ ni o jọ loju abuni.

Translation: If you wear coral and other fine beads, they are like small peppers in the eyes of one who wants to abuse you.

Lílò: Ìmọran pe ki enia ṣọra nitori nigbamiran ohun rere ti o wu ki enia le ṣe ki ijọ abuni ati onikēta loju.

127

Use: Whatever good you may do, those who hate you will minimize it, and you must put up with it.

302. O ò ba Ọya mawo, o ò ba Ògùn mulẹ, o ni abẹrẹ rẹ bọ s'odò, o o yọ ọ.

Translation: You have no joint secrets with the River Niger, you have no agreement with the River Ògùn (you do not know how to swim); your needle has dropped into the river and you are going to take it.

Lílò: Èdè nigbati a ri ẹni ti nrọ ara rẹ̀ ju bi o ti mọ; ti o nfi ara rẹ̀ wewu nitori o ro pe o ju bi o ti mọ nitòtọ.

Use: This is said in reproof of a man who is foolhardy.

303. O sa fun iku, o bọ si akọ ida.

Translation: He ran away from death and landed in the sword scabbard.

Lílò: Èdè nigbati ẹni kan nsa fun iṣoro kekere ti o bọ si nla.

Use: 'He jumped out of the frying pan into the fire'; said when a person escapes from one trouble to find himself involved in another.

304. O yẹ ki egungun le 'ni l'oko agbado, ko yẹ ẹgun Pákòkò.

Translation: It may be proper for an egungun to drive one from a corn farm, but it is improper for Pákòkò to do so. **Lílò:** Alaye pe bi ọpọlọpọ enia tilẹ lodi si ohun kan ko yẹ ẹni ti o jẹ anfàni ninu ohun na.

Use: Whoever opposes a certain arrangement, the person who stands to benefit from it should not do so.

305. Obi bọ lọwọ alakẹdun o ni on fun ara ilẹ; bi ko fun ara ilẹ yio sọkalẹ wa mu u?

Translation: The kola nut dropped from the hand of the monkey and he said that he had given it to those on the ground; if he did not, could he have come down and picked it up.

Lílò: Èdè nipa ẹni kan ti anfàni pataki kan bọ lọwọ rẹ̀ ṣugbọn dipo ki o kanu, o nṣe biẹnipe ko dun u, tabi ko tilẹ bikita fun anfàni na rara bẹni nitòtọ ọran ẹdun pupọ l'o jẹ fun u.

Use: This is said when someone tries to bluff in a situation in which it is perfectly obvious that he is helpless.

306. Obukọ ni aisan agbẹ olọwọ on yi mba on lẹru; bi aisan na ba pọ si babalawo a ni ki nwọn lọ mu obukọ wa lati fi ṣe ètùtù fun u; bi o ba san, awọn ọmọ rẹ̀ a ni nwọn o mu obukọ fi wewu amọdi.

Translation: The he-goat says that the sickness of the farmer, his owner, is making him feel very frightened. If the sickness gets worse the native doctor will say that a he-goat should be brought in order to make propitiation for him; if he gets better, his children will say that a he-goat be brought in order to make

129

thanksgiving for the escape from illness. **Lílò:** Èdè nigbati enia wa lãrin oniruru iṣoro ti o si daju pe ko le yọ kuro ninu gbogbo wọn.

Use: This is said when someone is faced with difficulties whichever way he turns and there is no way of escape.

307. Oga ni onijo, oga ni arìnnà, oga ni àtè ti o nmu ẹiyẹ lẹsẹ ti ko le lọ.

Translation: The dancer is a person of honour; the traveller is a person of honour; honour is also due to the bird-lime which catches a bird by the leg so it cannot fly away.

Lílò: Èdè ẹnu ẹni ti o mọ pe on ki nṣe ẹni pataki, nitorina ẹni pupọ ko ṣakiyesi igbiyanju rẹ̀, pãpa iṣẹ rẹ̀ si ilu tabi ni adugbo ti o ngbe; bi ẹni nla ti nṣe tirẹ̀ bẹ̃ni on ẹni kekere nṣe iwọnba ti o le ṣe.

Use: This may be said by someone whose services to the community, although useful, are comparatively unimportant and who therefore gets little recognition.

308. Ogbọ́nbọ́n ni agbalagba fi nsa fun ẹranlá.

Translation: It is through using his intelligence that an elder runs away from a bull.

Lílò: Èdè nigbati a ri ẹni kan ti o nfi sũru, ọgbọn ati lãkaye yẹra ninu ọran ti o le ko wahala ba a.

Use: There are occasions when 'discretion is the better part of valour'.

309. Õgun ki igbe inu àdó jẹ́.

Translation: A medicine cannot stay inside its container and be effective. (Àdó is actually a small gourd specially used for storing medicine powders.)

Lílò: Èdè pe a ko le mọ bi enia ti jẹ tabi ohun ti o le ṣe laijẹpe a fun u ni anfàni ki o ṣe ohun na wo.

Use: You cannot assess the ability of a person unless he is given a chance to demonstrate it.

310. Ohun ńlańla ti o roke ilẹ l'o mbọ.

Translation: The big heavy thing that goes up must come down to the ground some time.

Lílò: Èdè idaniloju pe ohunkohun ti o ni ibẹrẹ yio l'opin; bi aye ẹni kan ti le to bi ko ba lọ o dada ẹtẹ ni yio kẹhin rẹ̀. **Use:** Whatever has a beginning, must surely have an end.

311. Ohun ti a nwa lọ si Ìpàrà, a ba a ni párá.

Translation: What you want to go and get at Ìpàrà town, you find on the wall plate in your house. (There is a play on the words Ìpàrà and párá.)

Lílò: Èdè nigbati a ri ohun ti a fẹ wa lọ si ọna jinjin nitosi; nigbati a tànmọ́ pe ẹni ti o le ṣe ohun fun 'ni wa ni ọna jinjin ti a si ri ẹni ti o le ṣe e nitosi.

Use: Sometimes the thing you go some distance to find is on your doorstep.

312. Ohun ti ajá ri ti o ngbó, ko to eyi ti agutan fi nṣe iran wo.

Translation: What the dog sees and barks at does not amount to what the sheep sees and merely looks on.

Lílò: Èdè pe ohun ti ẹni kan le farada, ẹlọmiran le ṣaile farada a tobẹ̃.

Use: What some people can endure, others cannot.

313. Ohun ti o ni on yio bẹ 'ni lori, bi o ba ṣi 'ni ni fila ki a dupẹ.

Translation: Something which threatened to chop off our head, if it only knocks off our cap, we should be thankful. **Lílò:** Èdè ọpẹ nigbati ohun buburu kan ṣe 'ni ṣugbọn ti a gbagbọ, tabi ti a mọ pe, eyi ti o buru jubẹlọ le ṣe 'ni dipo eyi ti o ṣe 'ni.

Use: This is said when instead of facing a very severe situation, we are confronted with a much milder one.

314. Ohun ti o wu mi ko wu ọ, a jẹun wa lọtọ̀tọ̀.

Translation: What I want to eat you do not want to eat, we should eat separately.

Lílò: Èdè pe o san ki a ya ẹni meji ti ko le gbe pọ li alàfia sọtọ̀tọ̀ ju ki nwọn mà fi agbara gbe pọ.

Use: When two people cannot agree it is best that they separate, instead of forcing themselves on one another.

315. Ohun ti o wu ọbùn ni ifọwọ rẹ̀ ra, bi ẹru ba ta igi tan, a fi ọwọ ra iṣu jẹ.

Translation: The unkempt man buys what he likes with his money, when the slave has finished selling his firewood, he uses the money to buy yam to eat.

Lílò: Èdè lati fihan pe ẹni ti o ni ohun l'ètó lati ṣe e bi o ti wu u.

Use: 'A man may do what he likes with his own.'

316. Ohun ti o yẹ 'ni l'o yẹ 'ni, okun ọrun ko yẹ adiẹ.

Translation: There are things which befit one and there are things which do not; a rope round a cock's neck does not befit a cock.

Lílò: Èdè pe o yẹ ki enia mà ṣọra nigbagbogbo nitori aye pupọ wa ti ko yẹ ki a ba ọmọluwabi.

Use: There are situations in which it is not proper for a respectable person to be found; one should be careful to avoid such situations.

317. Ohun t'o ṣe àgbigbò ti o fi dẹkun ẹrin, bi o ba ṣe gunnugun a wọ̀nkoko sori ẹyin.

Translation: What makes a hornbill stop laughing. If the same thing happened to the vulture it would become stiff on its eggs.

Lílò: Èdè lati ṣe apejuwe lãrin agbara ifarada enia meji.

Use: This compares one man's endurance with that of another who cannot endure so much.

318. Ojó jiya gbẹ; alagbara bu u; ojó gun aja; a tọ ọ.

Translation: The coward suffers without return; the strong man abuses him, the coward climbs up to the loft and is followed there.

Lílò: Èdè pe ọmọ-araiye ki iṣànu ẹni ti ko duro giri lori ètó ati arẹ rẹ̀; nigbati o ba jọ pe ko bikita, dipo ki a fi i silẹ, a o mà wa iṣubu rẹ̀ tabi jẹ ẹ niya siwaju sĩ; o san ki a ja fun ètó ẹni ju ki a mà wa ojurere tabi iranlọwọ ẹlọmiran.

Use: When a man shows signs of weakness people take advantage of him; it is better to be strong than to be weak; to be firm with people than to appease them.

319. Òjò kò da, èwo ko da, eji were gbọjọ alaṣọ.

Translation: The rain does not stop, the drizzle does not stop, the drizzle cancels the 'date' of the man with fine clothes.

Lílò: Èdè nigbati ohun ti a ko rọtẹlẹ ba ètó ti a ṣe tẹlẹ jẹ. **Use:** Circumstances beyond his control sometimes compel a person to give up what he has planned to do.

320. Òjò ni ọkọ agbado.

Translation: Rain is the husband of the maize.

Lílò: Èdè pe ọranyan ni fun agbado ki ọjọ rọ si i ki o le dagba bẹ̃ni o jẹ ọranyan fun ọkọ lati tọju iyawo rẹ̀.

Use: As the maize cannot thrive without rain, so a wife cannot thrive without her husband.

321. Òjò pa mi, òjò ko pa ẹwa ara mi danu.

Translation: The rain beats on me, but the rain cannot wash off the beauty of my body.

Lílò: Èdè pe bi enia tilẹ wa ninu wahala tabi ti o jẹ talaka eyini ko sọ iwa rere rẹ̀ di kekere tabi asan.

Use: Although a man may be in unfavourable circumstances, his virtues will not be affected.

322. Òjò owurọ ti mbi olọwọ nnu (ninu), olọwọ gẹlẹtẹ, iwọfa gẹlẹtẹ.

Translation: Morning rain annoys the employer of pawns; the employer relaxes idly, the pawn relaxes idly.

Lílò: Èdè lati fihan pe ohun miran le ṣẹlẹ ti o ṣe gbogbo enia ni dọgbadọgba.

Use: In certain circumstances all men are equal.

323. Ọjọ ti a ba ku, ọwọ ko gba okò'ó, ọmọ ẹni ni ijọgun ẹni.

Translation: The day you die, your hand will not take twenty cowries, your child inherits your possessions.

Lílò: Èdè lati tẹnumọ ọ pe iku ni yio kẹhin enia gbogbo, ọmọ ẹni l'o l'ẹtọ lati jọgun ẹni.

Use: Comment that whatever a man may have, he is sure to die, and then his children will inherit his possessions.

324. Ọjọ ti ọkẹrẹ ti nṣe epọ ko kun orùbà.

Translation: Since the squirrel has been making palm-oil, it has not filled up an oil pot (or gourd).

Lílò: Èdè nipa ẹni ti nṣe làla pupọ l'ẹnu iṣẹ rẹ̀ sibẹ ti ko ni akojọ tabi aṣeyọri.

Use: This is said of a man who, although he has been working hard, has not yet succeeded in achieving anything.

325. Oju ki ipọn ẹdun ki o di ẹni ilẹ, iṣẹ ki iṣe igún ki o dojugba adiẹ.

Translation: A monkey cannot be in such trouble that it becomes a creation of the ground; a vulture cannot also be in such distress that it can be considered the equal of the hen. **Lílò:** Èdè nigbati a ri ẹni ti ko nilari ti o fẹ ri ẹni nla fin nitori ẹni nla na bọ si wahala, ṣugbọn ẹnikẹni ri i pe ki iṣe ètó ki a titori eyi ri i fin.

Use: A man who is superior to others will retain this superiority in whatever adverse circumstances he may find himself.

326. Oju oloju ko jọ oju ẹni.

Translation: Another man's eye is not like one's own eye. **Lílò:** Èdè pe biotiwu ki ẹlọmiran fẹran ẹni to iyatọ yio wa, bi o ṣe diẹ kiun, nipa ọran ti o kan 'ni ati ara rẹ̀; apẹrẹ: iyatọ lãrin itọju ọmọ ẹni ti a fi si ọdọ ọrẹ ti o fẹran ẹni ati ọmọ ara rẹ̀.

Use: However conscientious he may be, a deputy does not usually deal with a matter as effectively as the person immediately concerned would have done.

327. Oju pọn koko ma fọ, ọgẹdẹ pọn koko ma dè, ọran fi 'ni dugbẹ yun 'ni nu; ọran ti nfi 'ni ko le pa 'ni.

Translation: The eyes may be red and yet not be blind; the banana may look ripe and yet not be soft; the trouble which causes one so much anxiety will be overcome, it will not kill one.

Lílò: Èdè nigbati a ri ẹni kan ti o bọ si wahala pupọ ti a si yọ ọ.

Use: This is said when a person is involved in a delicate situation, and people wish to encourage him.

328. Ojúkòkòrò ni baba ọkánjúà.

Translation: Covetousness is the father of avarice.

Lílò: Èdè nigbati a ri ẹni nipa mimọ ti ara rẹ̀ nikan ati ifẹ fun ohun ẹlọmiran, ti o fa ara rẹ̀ si wahala.

Use: This is said when someone has committed an offence which shows him to be dishonest and avaricious.

329. Oká l'o bi paramọlẹ, ika l'o bi ika silẹ; ẹni bi 'ni l'a a jọ.

Translation: The viper begets an adder, the cruel father begets a cruel child; we resemble our parents.

Lílò: Èdè nigbati a ri ẹni kan ti ẹlọmiran, ti ọpọ enia mọ ni ika ati ẹni ibi, nti i lati huwa buburu, ti ẹni ti a nti na ko le gba ara rẹ̀ lọwọ ẹni ti o nti i, nitori iha ti wọn kọ si ara wọn; yala wọn jẹ ẹbi, ọrẹ tabi aladugbo.

137

Use: This is said when a person's behaviour is influenced by another, whether relative, friend or neighbour.

330. Ókété, bayi ni iwa rẹ; o ba ifa mulẹ o da ifa.

Translation: So this is how you behave, bush rat; you made an oath with Ifa and you betrayed Ifa. (The Ifa Oracle uses dried palm nuts, of which the bush-rat is very fond.)

Lílò: Èdè nigbati ẹni ti a gbarale jà 'ni tilẹ laisi idi pataki ti ko si dun u rara pe on hu iru iwa bẽ.

Use: This is said when someone you trusted betrays you without any sign of regret.

331. Oko etile ni adiẹ le ro.

Translation: It is the farm near the village that the chicken can till.

Lílò: Èdè nipa ẹni kan ti o jẹ pe ohun kekere ni o le ṣe, tabi nipa aṣiwaju kan ti o jẹ ọran kekere ni o le bojuto.

Use: This is said of someone who only can undertake easy work, or of one who can only settle simple cases either in court, or as head of the village.

332. Òkò nla ṣe alangbá pínsín, alangba ni: Bẽ ni ẹni ti o ju 'ni imã ṣe 'ni.

Translation: The big stone crushed the lizard and the lizard said: 'So we are treated by those superior to us.'

Lílò: Èdè ẹni ti enia ti o wa ni ipo ọla fi iya jẹ laiṣe lairò

138

ti ọlọla na ko bikita tabi ki a ri ami pe iwa rẹ̀ na nidi pataki tabi o dun u pe o ṣe bẹ̃.

Use: This is said by a subordinate when a superior ill-treats him; being a subordinate, he is helpless.

333. Oko ti a ba sọ si àgbọn, ni agbọn nsọ si 'ni pada. Ẹni da èru ni ēru ntọ.

Translation: The stone we throw up at the coconut, the coconut throws back at us. The person who scatters ashes, the ashes come back on him.

Lílò: Alaye pe ohun ti o ba ṣe si enia ni a o san fun ọ pada. **Use:** 'What a man sows, that shall he also reap.' People are themselves treated as they treat others.

334. Ọlẹ ba a ti, o kọ si ile ifa.

Translation: The lazy man failed to find it (i.e. an easy job) and he made for the house of the Ifa priest (thinking that learning the Ifa oracles by heart would be easier than working with his hands).

Lílò: Èdè nigbati a ba ri ẹni kan ti o ya ọlẹ.

Use: This is a general comment on lazy people.

335. Ole ta ohun ti o ji l'ọpọ, ewurẹ mẹta ẹgbẹta, aguntan mẹfa ẹgbẹfa.

Translation: The thief sells cheaply what he stole — three goats for 600 (3 × 200) cowries, six sheep for 1200 (6 × 200) cowries. (600 cowries were about the equivalent of 2d at the time the cowrie money was abolished.)

139

Lílò: Èdè pe enia ki imọ riri ohun ti ko ṣiṣẹ fun; ohun ti enia fi eru ni ni ifẹ sọ di owó l'ọnàkọnà, bọya o fẹ lọ owó tabi ki aṣìri pe eru ni o fi ni i le bò.

Use: What a man gets by dishonest means he will not hesitate to use wastefully or dispose of cheaply.

336. Ole ti o gbe fere ọba ko ri ohun gbe.

Translation: The thief who stole the king's bugle has found nothing to steal (because he will not be able to use it or dispose of it).

Lílò: Èdè nipa ẹni ti anfàni ti o tobi pupọ bọ si ọdọ rẹ̀, anfàni ti o tobi tobẹ̀, ti ko le lo o lai.

Use: This is said when a person has got hold of something which he cannot possibly make use of.

337. Ologinni re ajò, ile di ile ekute.

Translation: When the cat goes on a journey, the house becomes a home for mice.

Lílò: Èdè nigbati ọga, aṣiwaju tabi alaṣẹ kan ko si nitosi lati ṣe akoso ti gbogbo awọn enia abẹ rẹ̀ si nṣe ohun ti o wu wọn nitori ko si nitosi.

Use: When a man who is in authority is away his subordinates do as they like. 'When the cat's away, the mice will play.'

338. Olorungbé ko jẹwọ, ko si a-tan-'ni bi olorun

Translation: One who is slumbering does not confess, there is no one who can deceive another better than one who is sleeping.

Lílò: Èdè pe nigbamiran ẹni kanṣoṣo ni o mọ nipa ọran pataki kan, ohun ti o ba si sọ ni awọn iyoku gbọdọ gbagbọ. **Use:** There are times when only one man concerned in an affair can know the truth and others must accept what he says.

339. Olọ́wọ́ jẹun jẹjẹ, ọtọṣi jẹun wòmùwòmù, ọtọṣi ti mba ọlọrọ rin oju l'o nya.

Translation: The wealthy man eats without any fuss, the poor man eats ravenously; the poor man who associates with the rich man is being impertinent.

Lílò: Èdè lati fi iyatọ ti o wa lãrin olọ́wọ́ ati talaka han; talaka ti o fẹ ba olọ́wọ́ rin nwa iṣoro fun ara rẹ, o nnọga si ohun ti o ju u.

Use: It is no good for people to try to reach above their station in life.

340. Olọ́wọ́ ṣebi ti on ni a nna.

Translation: The rich man feels that it is his own money we are spending.

Lílò: Èdè nigbati a ri olọ́wọ́ kan ti ẹnikẹni ko kun loju rara nitori o jẹ olọ́wọ́, biẹnipe gbogbo enia miran ti o ku jẹ talaka, ara owó rẹ ni ẹnikẹni nna.

Use: Some rich men act as if they are the only people who have money and they are jealous of other people who have money to spend.

341. Omi ni a nkọ tẹ ki a to tẹ iyanrin.

Translation: The foot touches the water before it steps on the sand.

Lílò: Èdè nigbati ẹni ẹhin gbe ọrọ fọ aṣiwaju rẹ̀ lọ s'ọdọ ọga awọn mejēji tabi ti a gbe ọrọ kan fọ ẹni ti o tọ ki o kọ gbọ́ ọ.

Use: Comment to state that some have a right to know about a certain matter before others, as for instance if a junior man in an office bypasses his immediate superior and takes a matter to the head of the department.

342. Ọmọ ajanaku bi iya rẹ̀, ọmọ ti erin bi, erin ni ijọ.

Translation: The child of an elephant will resemble his mother, the son born to an elephant will resemble an elephant.

Lílò: Èdè apọnle tabi ifunnu pe ọmọ ẹni nla yio jẹ enia nla lẹhin ọla; ki iṣe gbogbo ọmọ alagbara ni yio ya ọlẹ.

Use: This is a statement or boast that the child of parents in high position will himself one day attain to a similar position.

343. Ọmọde yi ma wò mi loju, ẹni a ba lọ s'ode ni a a wò loju.

Translation: 'Child, always keep your eyes on me.' We keep our eyes on the person with whom we go out visiting.

(The Yoruba are particular about the training of their children. In public or at the house of a friend, he is expected to keep his eye on the grown-up with whom he came in case the grown-up wishes to warn him, either by look or sign (but not by speech) about his conduct.)

Lílò: Èdè lati fihan pe o tọ ki ẹni kan mà ṣakiyesi aṣiwaju tabi obi rẹ̀ ki o to huwa.

Use: A person should always follow the example of his seniors in any particular situation.

344. Ọmuti ko ya apa, ọwọ rẹ̀ l'o nna.

Translation: The drunkard is not a spendthrift, he is just spending his money as he thinks best.

Lílò: Èdè nigbati ẹni kan kọ ibawi; olukuluku ni ètó lati ṣe ohun ini rẹ̀ bi o ti fẹ, lati na ọwọ rẹ̀ li ọna ti o fẹ.

Use: Comment when one does something for which he is criticised by others, and he will not accept the criticism as being proper.

345. Ọnafun ko gba kókódu; ọnafun iba gba kókódu, òmiran iba ti gbe kókódu ọlọti mi, ara ẹlọti a da.

Translation: One's throat is not big enough to take kókódu; if the throat is big enough to take the kókódu, the giant would swallow kókódu, and the native wine-seller would have lost it. (Kókódu is the coconut husk used as a cup.)

Lílò: Èdè nigbati a ri ẹni kan ti o wa li aye pataki ti o nṣika, tabi ti o nlọ aye na ni ilokulọ, ti a si mọ pe bi o ba wa li aye ti o ju eyi ti o wa, iba huwa ti o buruju eyi ti o nhu.

Use: Comment that but for certain circumstances someone in power could have taken action not approved by others; he could have become despotic and no one would have been able to go against him.

346. Oni l'ẹgbọn ọla, iri wọwọ ṣẹgbọn òjò.

Translation: Today is senior to tomorrow, the dews are senior to the rain.

Lílò: Èdè pe o san, o ṣanfàni, lati ri ohun anfàni tabi iranlọwọ gba diẹdiẹ ju ki a gba a papọ lẹkan.

Use: To give help regularly is better than one big effort made once and for all.

347. Oninu furufuru ni iwa ońjẹ fun abinu wéréwéré.

Translation: One who is quickly sensitive to the pangs of hunger prepares the food for both himself and his less sensitive comrade.

Lílò: Èdè nigbati ẹni kan ba nhara nipa ohun kan ti on ati awọn ẹlọmiran ni ètó si tobẹ ti oluwarẹ nilati ṣe ojúṣe rẹ ati ti ẹlọmiran nitori ohun na ko ṣe pin si ọtọtọ.

Use: If you are too anxious about a certain matter you may have to shoulder both your own responsibilities

144

and also those of others.

348. Oniṣango ti o jọ ti ko tapa, àbùkù ara rẹ̀ ni.

Translation: The Ṣango worshipper who danced and did not kick the air, disgraced himself. (Kicking the air is part of the Ṣango dance and only those who have practised it can do it well.)

Lílò: Èdè nigbati ẹni kan ko ṣe ojúṣe rẹ̀ tabi ki o ṣe ohun ti o tọ si i gẹgẹbi aye tabi ọla rẹ̀; ti aiṣe na tàbuku fun u tabi ti o sọ ọ di ẹni kekere.

Use: A man who fails to do what is expected of him in accordance with his position and privileges, brings disgrace on himself.

349. Oniṣe ki ifi iṣẹ rẹ̀ silẹ re ibi; o re ajò pẹlu iṣẹ rẹ̀ meji; nigbati o nrẹ ajò o mu iṣẹ rẹ̀ dani girigiri.

Translation: The man with a habit does not leave it behind to go to a distant place; he goes on a journey along with his habit; when he goes he holds the habit tightly to him.

Lílò: Èdè pe ki a ṣọra ki iwa buburu ma mọ 'ni lara, nitori bi o ba mọra tan, a ko le kọ ọ silẹ.

Use: However much a person may try to change his habits, however much he pretends, he cannot do so..

350. Ọpẹkẹtẹ ndagba inu asùmọ mbajẹ.

Translation: The young palm tree is growing and the palm leaf cutter becomes disgruntled. The short palm

145

trees begin to grow tall and those who cut palm leaves for their living get annoyed.

Lílò: Èdè nigbati ẹni ti o ti jẹ ọmọde ri bẹrẹsi de ipo agba diẹdiẹ ti awọn ti o ti njẹ anfàni ọmọde ti o jẹ bẹrẹsi ri i pe anfàni na nlọ si opin; apẹrẹ: igbati babansinkù kan ri i pe awọn ọmọ oku ndagba, nwọn o si mu ohun ini baba wọn kuro ni sakàni rẹ̀. Èdè nigbati ẹni kan ti o ti wa labẹ ẹlọmiran bẹrẹsi tẹsiwaju tabi ṣe aṣeyọri, ti ọga rẹ̀ mbinu, nitori ko ri oluwarẹ̀ lọ mọ fun anfàni ara rẹ̀.

Use: Generally, this may refer to envious people or more particularly to the executors of an estate who derive benefits from the estate for administering it. They are not pleased when the beneficiaries of the estate come of age and take it over. Comments on an envious man by the man he envies. When a man begins to prosper, those who used to take advantage of his low position become annoyed.

351. Ọpọlọ yan kándú-kándú-kándú l'oju ẹlẹgusi; ẹlẹgusi ko gbọdọ yi i l'ata.

Translation: The frog swaggers safely in the presence of the melon-seed woman; the melon-seed woman dares not roll it in the pepper. (The Yoruba do not eat frogs. Melon-seed is used as an ingredient in stews.)

Lílò: Èdè iyangan, l'ẹnu ẹni ti o ṣe aṣeyọri si awọn ti o ro pe nwọn ko fẹ ki on ṣaṣeyọri na tabi ṣiṣe ti on ṣe e ko dunmọ wọn.

Use: This is said boastfully by a successful man to people who he thinks are envious of his success and who would be glad to harm him if they were able.

352. Ọran hànnìà, hànnìà; ọrọ hanniá hànnìà, enia ni a nfi i han.

Translation: A matter that concerns other people should not be kept to oneself.

Lílò: Èdè pe ko tọ ki ẹni kan tabi awọn diẹ pinnu lori ọran ti o kan ọpọlọpọ enia.

Use: Matters which are a collective responsibility should not be decided by one man.

353. Ọrẹ kétékété, iyekan kàtàkàtà, l'ọjọ ti ọrẹ kétékété ba ku, iyekan kàtàkàtà ni yio gbe e sin.

Translation: The friend who is far away, the relative who is not near; when the friend who is far away dies, it is the duty of the relative who is not near to bury him.

Lílò: Èdè pe awọn ẹni ti o jẹ ibatan nilati ṣe ojúṣe iṣẹ pataki kan fun ara wọn nitori nwọn jẹ ibatan.

Use: Blood is thicker than water; blood relationship imposes greater duties on one than friendship.

354. Õre ti a ṣe fun adiẹ ko gbe, bi o pẹ titi a ṣe omi-toro si 'ni l'ẹnu.

Translation: The kindness we show the hen is not lost, eventually it will make gravy in our mouth.

Lílò: Èdè pe õre ki igbe, bi o pẹ titi ere rẹ̀ mbọ.

Use: Kindness is never lost; sooner or later, kindness

147

to others will surely be repaid.

355. Õre wo ni oriṣa ṣe fun abuke ti o bimọ ti o sọ ọ ni oriṣajimi.

Translation: What kindness has the god done to the hunchback woman who bore a child and named it 'god gave me'.

Lílò: Èdè nigbati ẹni kan ko fẹ sọre fun ẹni ti o ti fi ibi ṣu u. **Use:** This is said to justify a person's refusing a kindness to someone who does deserve it.

356. Ori adẹtù npete àrán, ori adarán npete lati jọba.

Translation: He who is destined to wear an ẹtù cloth cap aims at wearing a velvet (àrán) cap; one who is destined to wear a velvet (àrán) cap aims at wearing a crown.

Lílò: Èdè nigbati a ri ẹni ti nlàkakà lati ori aṣeyọri kan de ọmiran.

Use: A successful man always aspires to become more successful. Ambitious people sometimes overreach themselves.

357. Ori pọ ni Mogun, ipin ẹni ti 'ò ṣe wa n'bẹ.

Translation: There are many heads at Mogun, those belonging to the innocent are also there.

Lílò: Èdè ni igba lailai lati fihan pe aisòtọ pọ ninu idajọ gẹgẹbi ofin ti a kọ kọ silẹ. (Olè, àgbèrè, agbadùlúmò ati awọn ẹni ti o da ẹsẹ nla iru miran ni a npa ni igba lailai ni Ilẹ Yoruba, a kan ori wọn mọ igi l'ojude ọba lati ṣe kilọkilọ fun ẹlọmiran ki o ma da iru ẹsẹ bẹ.)

Use: In olden days many crimes – such as stealing, adultery and treason – carried capital punishment and it was realised that many people were executed unjustly. When a criminal was executed his head was cut off and nailed to a tree in front of the palace to demonstrate to others the fate which awaited anyone who might commit the same crime. The proverb is used today when an innocent man suffers.

358. Orisa bi ifun ko si, ọjọjúmọ ni igba ẹbọ.

Translation: There is no idol as expensive as the stomach, it receives offerings everyday.

Lílò: Èdè nigbati o jẹ ọranyan lati mà ṣe ohun kan leralera nigbagbogbo.

Use: This is said when something has to be done repeatedly.

359. Orisa kekere ko ṣe ha para.

Translation: A god, however small, cannot be stuck up on the wall plate.

Lílò: Èdè pe ètó ni ki a fun ẹnikẹni ni iyi ati ẹyẹ ti o tọ si i; ki a ma fi oju tẹ ẹnikẹni bò.

Use: A person who has a position of honour should be accorded the honour to which he is entitled.

360. Oriṣa ti o le ṣe bi Ṣango ko si mọ, oju ni gbogbo wọn nya kiri.

Translation: There is no god who can act like Ṣango, they are all going about behaving impertinently.

Lílò: Èdè nigbati a ri ẹni ti nlàkàkà lati ṣe bi ẹni ti o ju u lọ, nigbamiran ti o ntiraka lati fihan pe on sàn ju ẹni ti o ju u lọ.

Use: This is said when a person is vainly trying to imitate another.

361. Ọrọ gbẹrẹ ni iyọ obi l'apò, ọrọ lile ni iyọ ọfa l'apó.

Translation: Peaceful words bring a kola nut from the pocket, but hard words bring an arrow from the quiver.

Lílò: Èdè pe o san ki a mu sũru, nitori nipa ṣiṣe bẹ a o wa ni alàfia pẹlu ọpọlọpọ enia dipo ki a jẹ ọta wọn.

Use: He who extends the hand of friendship to another will be shown friendship, but he who abuses another or disregards him will involve himself in a fight.

362. Oru ko mọ olówó ni ifa ti a da fun: 'iwọ tani?'

Translation: 'Night does not know the man of honour' is the oracular answer given to the question 'Who are you?'

Lílò: Èdè pe o tọ ki ẹni pataki mọ iwọn ara rẹ, ki o mà ṣọra nigbagbogbo nitori ki a mà ṣi i mu fun ẹniakẹnia kan.

Use: A man in a responsible position should not be out late at night, as he may be mistaken for a ne'er-do-well.

363. Ọsan ọrun ko pọn ẹni ti o ba ṣetan ki o mã lọ.
Translation: Though the day for going to the other world is still young he who is ready may start on his way. It is never too late to die, one who is ready may die now if he chooses.

Lílò: Èdè akin l'ẹnu ẹni ti o bọ sinu wahala ṣugbọn ti o nfi ohùn ṣakin pe ko si nkan, on yio bori iṣoro na.

Use: This is said by a person involved in troubles and difficulties who takes up a courageous attitude and says he is determined to see his troubles through.

364. Oṣé ni iṣiwaju ẹkun abamọ ni igbẹhin ọran; gbogbo olòtọ ilu pe nwọn ko ri ẹbọ abamọ ṣe.
Translation: Fretting precedes weeping; regret follows a mistake; all the wise men in the community assembled but found no remedy for regret.

Lílò: Èdè nigbati ẹni kan kabamọ fun aṣiṣe rẹ̀ bi o tilẹ daju pe ko si atunṣe.

Use: This is said when someone regrets mistakes he has made; mistakes are inevitably regretted even though confessed.

365. Oṣupa ko mọ ode ọtọṣi, bi o de ile olòrò a de temi.
Translation: The moon does not recognise (and turn

151

away from) the street of the poor; if it comes to the rich man's house it will come to mine.

Lílò: Èdè ẹni ti awọn ti o ju u lọ nfi iwọsi lọ ṣugbọn ti o gbagbọ pe dọgbadọgba ni a da gbogbo enia.

Use: This is said by a person in a subordinate position to emphasise the fact that all men are equal.

366. Õtọ de ọja o kuta, owolowo ni a nra ẹkẹ.

Translation: Truth came to the market and could not be sold; we buy lies with ready cash.

Lílò: Èdè nigbati a ri i pe dipo ki a fẹ mọ eyi ti o jẹ otitọ ninu ọrọ, irọ ati ọrọ olofofo ni a kundun lati fẹ mà gbọ.

Use: People prefer to listen to gossip and lies rather than to the facts of the matter.

367. Ọtun wẹ osi, osi wẹ ọtun, ni ọwọ mejēji fi nmọ.

Translation: When the right hand washes the left, and the left hand washes the right, then both hands will be clean. **Lílò:** Èdè lati fihan bi isọwọpọ ati ajọṣe ti ṣe pataki to, ati pe nipa ajọṣe awọn ti o jijọ nṣe ohun pataki kan papọ nran ara wọn lọwọ.

Use: Mutual help is beneficial to all parties concerned.

368. Owe l'ẹṣin ọrọ; bi ọrọ ba sọnu, owe ni a nfi wa a.

Translation: A proverb is the horse which carries a subject under discussion along; if a subject under discussion goes astray, we use a proverb to track it.

Lílò: Èdè lati fi bi owe ti ṣe pataki to ninu ede kan han.

Use: This is a comment on the importance of proverbs.

369. Owó yẹ ile; ògún yẹ odò; oṣi ko yẹ ọmọ enia; oṣi ni ijẹ: 'Tani mọ ọ?' ajé ni ijẹ: 'Mo ba ọ tan'.

Translation: Money is good in the house; a fish trap is good in the river; but poverty is not good for man. Poverty leads to 'Who knows you?', while wealth leads to 'I am your relation'.

Lílò: Èdè pe ki iṣe ohun ti o báradé lati jẹ talaka tabi alaini; ọmọ-araiye a mà nọga lati ba olówó ati ẹni ti o wa ni ipo pataki tan, ṣugbọn awọn ẹbi pãpa ti ko l'ówó, ti ko nilari, tabi jẹ nkan kan daindain ni nwọn ki ikasi, ti nwọn imã ntanu, ti nwọn si ngbe oju fọ.

Use: This is a comment on the necessity of having enough money to meet one's needs; and on the attitude of people generally towards rich and poor.

370. Patapata ni a á foju, kurákurá ni a á dẹtẹ; oju afọifọtan ija ni ida silẹ.

Translation: It is best to be totally blind; it is best for the leper to have lost all his fingers; incomplete blindness causes disputes.

Lílò: Èdè lati fihan pe ewu nlanla ni fun ọpẹ tabi ọmugọ ti o ro ara rẹ̀ si ọlọgbọn, tabi ẹni ti o ni abọ ẹkọ ti o ka ara rẹ̀ si ẹni ti o mọ̀ pupọ.

Use: 'A little knowledge is a dangerous thing.'

153

371. Ṣigidi ti ko sọrọ a ko mọ ẹni ti o ngbe.

Translation: The Ṣigidi which does not (cannot) speak – we do not know on whose side it is. (Ṣigidi is a clay image which, it is believed, can be given magic power to go and injure people.)

Lílò: Èdè lati fihan pe ẹni ti ko fi ibi ti o duro ninu ọran kan han ni a nka si ṣòkèṣodo.

Use: A man who does not declare his position in a matter is likely to be misjudged.

372. Ṣokoto ti o nṣiṣẹ aran ko bọ oko.

Translation: The trousers which do the work for velvet do not leave the farm. (A farmer does not take his working clothes with him back to the village.)

Lílò: Èdè pe ki iṣe gbogbo enia ni imọ nipa apọn ẹni ti o ṣaṣeyọri, ṣugbọn nigbati o ba ṣaṣeyọri tan ẹnikẹni ni imọ nipa rẹ̀.

Use: Few people see the hard work which lies behind achievement, but everyone sees its results.

373. Tiju fun mi ki ng tiju fun ọ, ẹni tiju fun 'ni ni a ntiju fun.

Translation: Have regard for me, and I will have regard for you, he who has regard for others is the man who deserves to be regarded.

Lílò: Èdè lati fihan pe ko tọ ki anfàni lãrin ẹni meji, pãpa ọrẹ meji, pọ si apa kan; bi ọkan ba ṣe fun ekeji loni, ki ekeji ṣe fun u pada l'ọla, nipa bẹ̃ ni nwọn o ṣe

154

le sọrẹ pẹ.

Use: Reciprocity is the basis on which friendship endures.

374. 'Tigi'tọpẹ ni iṣànu àfòmó.

Translation: The trees and the palms have mercy on the creepers or mistletoe.

Lílò: Èdè ẹni ti o nfẹ iranlọwọ ẹbi, ara tabi ọrẹ rẹ̀, laisi wọn ko le de aye ti o de.

Use: When a man has received favours from his friends, he may use this proverb to acknowledge that his friends have made him what he is.

3

REPROACH (ÌBÁWÍ)

375. A ngba ọrọmọ adiẹ l'ọwọ iku, o ni a o jẹ ki on lọ àtan jẹ.

Translation: We are saving a chicken from death, and it complains that it is not allowed to go to the rubbish heap to pick up rubbish. (Public rubbish heaps are usually in the bush near the village; snakes may often be found there.)

Lílò: Ìbawi fun ẹni kan ti a nyọ ninu ewu ti on pãpa ko ri; nitorina ti o nkùn pe a ko jẹ ki on ṣe ohun ti yio mu u summọ ewu na sĩ.

Use: This is a rebuke to someone who grumbles because he is not allowed to do certain things which those who prevent him know to be dangerous.

376. Abanijẹ-ma-ba-ni-ṣe, ifà enia; ẹni jẹ didun, ni ijẹ kikan.

Translation: One who shares our food but does not share our labour lives on the cheap. One who eats sweet should eat bitter.

Lílò: Ìbawi fun ẹni ti o fẹran ki o mà jifà nigbagbogbo.

Use: This is said to a person who does not accept his share of responsibility.

377. Adię nję agbado, o nmu omi, o ni on ko ni ehin; èkérègbè ti o ni ehin nję okuta?

Translation: The fowl eats corn, drinks water, yet it complains that it has no teeth; does the goat which has teeth eat stone?

Lílò: Ìbawi fun ęni ti o ni anfàni ti o si ngbadun rę sibę ti o nsǫ pe anfàni na ko to ti ęlǫmiran.

Use: When you enjoy certain privileges it is stupid to complain that other people have further privileges which are, in fact, relatively quite important.

378. Afasę-gbęjǫ ntan ara rę ję.

Translation: He who tries to catch rain-water with a sieve is deceiving himself.

Lílò: Ìbawi fun ęni ti ngbiyanju lati ṣe ohun ti o han kedere pe o ju agbara rę, tabi ti o daju pe ki iṣe ohun ti ęnikęni le ṣe li aṣeyǫri. A nfi owe yi kęgan ęni ti ntiraka lati ṣe ohun ti o han kedere pe o ju agbara rę lǫ.

Use: This is a mocking reproof to a person who is trying to do something which is obviously beyond his power or is aspiring to a position to which he can never attain.

379. Aifęni pe ęni, aifęnia pe enia, ni imu ara oko san banté wǫ ilu.

Translation: Indifference to public opinion makes the bushman come to the town with his banté. (A

158

banté is a small apron worn in front of the body.)

Lílò: Ìbawi fun ẹni ti o ṣe aṣiṣe kan ṣugbọn ti ko mọ riri iwa aidã rẹ̀ na nitori o ya ọpẹ, ko si ni iriri.

Use: This is said of a person who through lack of good breeding, education or experience commits gross errors of taste without realising it.

380. Aimọ ete, aimọ èrò, ni ọmọ iya mẹfa fi ku s'okò ìrú ẹgbãfà.

Translation: Through lack of planning and lack of thought six brothers died while serving as pawns for the interest on a loan of 12,000 cowries – about three shillings. (Okò ìrú or okò owó is the period someone is serving another for the interest on money taken on loan under the ìwọfa system. Ìwọfa system: Money is given out on loan and the recipient works on the farm of the man who gave the loan as the interest on the loan. The borrower is called ìwọfa; the lender is called olówó; the surety is called agbẹgbà.)

Lílò: Ìbawi nigbati ẹni meji tabi jubẹlọ ndu latiṣe ohun kan ti o jẹ fun anfàni wọn ti ẹni kanṣoṣo le ṣe dãdã, ti ohun na si bajẹ nipa didu lati jijọ ṣe e.

Use: This is said when, instead of letting one person do the work, a number of people all try to do the same thing and thereby produce a hopeless muddle.

381. Aja ki iroro ki o sọ ojule meji.

Translation: A dog cannot be so fierce as to keep watch over two gates (at once).

Lílò: Ìbawi fun alayọnuṣọ tabi ẹni ti o ti ọrọ ara rẹ̀ tabi ọrọ ti o kan a silẹ ti o jẹ ọrọ ọlọrọ ni o nṣe wahala nipa rẹ̀.

Use: This is said against people who want to interfere in the affairs of others which do not concern them. It is a polite way of saying 'mind your own business'.

382. Aja ti o re ile ẹkun ti o bọ li alafia, ki a ki i ku ewu.

Translation: The dog which goes to the leopard's house and returns safely should be congratulated on his escape. **Lílò:** Ìbawi fun ẹni ti o mọmọ, yala nipa aigbọn tabi nitori airi iriri, fi ara rẹ̀ wu ewu laini idi pataki.

Use: This is usually said when a person carelessly endangers himself for no particular reason, but it can be used as a congratulatory remark to a person who has escaped from some special danger.

383. Akini njẹ akini, afinihan njẹ afinihan; ewọ ni ti 'o ku o, ara Ibadan' l'ojude Ṣọdẹkẹ?

Translation: Salutation is known to be salutation, betrayal is known to be betrayal; how does one classify 'How are you, you native of Ibadan?' in front of Ṣọdẹkẹ's house? (When the combined Ifẹ, Ijẹbu and Ibadan army drove the Ẹgbas from their Orile (Homestead) after the Owu War of 1821, the Ẹgbas declared Ibadan to be a perpetual enemy. Ṣọdẹkẹ succeeded Lisabi, the Ẹgba leader, who founded Abẹokuta in 1830. Any Ibadan man found in Abẹokuta in those days was regarded as an enemy to be killed.)

Lílò: Ìbawi fun ẹni ti nfi ọgbọn tu aṣiri ẹlọmiran, tabi ti o dalẹ ọrẹ li ọna ti a ko tete fura pe on ni o ṣe aidã na.

Use: This is said in condemnation of people who make seemingly innocent remarks with the deliberate purpose of causing trouble.

384. Aparo, ẹ̄ṣe ti aṣọ rẹ fi pọn bayi? O ni 'Igbawo ni aṣọ ko ni pọn? Ọsan jijẹ; oru sisun; ońjẹ ko ṣe fisilẹ l'ọsan, ō̄run ko ṣe fisilẹ l'oru lati fọ aṣọ'.

Translation: 'Bushfowl, why are your clothes (feathers) so dirty?' She said: 'When will my clothes cease to be dirty? The day is for eating and the night for sleeping. Food cannot be put aside during the day nor can sleep be put aside at night to wash clothes.'

Lílò: Ìbawi fun iwa aṣeju tabi imọran pe o dara ki a ṣe ohun ti o yẹ ni ṣiṣe niwọntun-iwọnsi lasiko laiṣe aṣeju.

Use: This reproaches a person for lack of moderation and suggests that there is a time for everything.

385. Bà òwò jẹ́, obi ti o sọ l'ē̄run.

Translation: The spoiler of trade, the kola tree which produces nuts in the dry season. (Normally kola nuts ripen during the rainy season and are expensive during the dry season.)

Lílò: Ìbawi fun ẹni ti o fi iwa tabi iṣẹ rẹ̀ yala nipa

161

aṣehan tabi li ọna miran, mu awọn ẹlẹgbẹ rẹ̀ di kekere
tabi mu jọ pe nwọn jẹbi ọran ti nwọn ko jẹbi rẹ̀.

Use: This is said of one who behaves in a way which
embarrasses his comrades or endangers their interests.

386. Bi a ò ba ni ohun agba bi ewe l'a á ri.
Translation: If we have not the qualities of age we
appear to be youths.

Lílò: Ìbawi fun agbalagba ti ko mọ iwọn ara rẹ̀.

Use: This may be said, for example, when an elder fails
to show patience, which is a quality generally expected
of elders.

387. Bi olọkunrun yio ba ku, ki o ma purọ mọ alapa, omitọrọ ki ikọrọ.
Translation: If the sick man is going to die, he should
not tell lies against the soup; no gravy ever tastes bitter.

Lílò: Ìbawi fun ẹni ti, nitori o wa ninu wahala kan, o
sọ ohun pupọ ti o nilari di kekere biẹnipe wahala rẹ̀
kan gbogbo enia.

Use: If a person, owing to his own special
circumstances, finds certain things disagreeable to him
he has no right to expect everyone else to have the
same tastes as himself.

388. Bi ọmọde ni aṣọ to baba rẹ̀ ko ni akisa to o.
Translation: If a child has as many clothes as his
father, he has not as many rags. (The father, being

162

older, has worn out far more clothes.)

Lílò: Ìbawi fun ọmọde ti agba ko kun loju bọya nitori o wa laye kan pataki tabi o nilari; bi o ti le gbọn to ko ni iriri agba. Use: A young man should not look down on his elders but have regard to their greater experience.

389. Bi ọmọde nṣe ọmọde, agba a mã ṣe agba.

Translation: If a young man is behaving like a young man, an elderly man should behave like an elderly man.

Lílò: Ìbawi fun agbalagba nigbati ọran da on ati ọmọde pọ; dipo ki agbalagba mu sũru, ti o ba binu nigbati ọmọde, nitori aini iriri rẹ̀, nhuwa ti o le bi enia ninu nitõtọ.

Use: If a man of mature years gets involved in a dispute with a younger man he must exercise patience, however overbearing the behaviour of the other. The younger man's behaviour is probably due to his youth and inexperience and allowance must be made for this.

390. E jọwọ, ẹ gba mi o, ko yẹ egungun; ẹran ni o nle mi bọ, ko yẹ ọdẹ.

Translation: 'Please save me' are not fitting words for an egungun; 'an animal is chasing me' are not fitting words for a hunter.

Lílò: Ìbawi fun ẹni ti ko ni itiju, ti o ntọrọ iranlọwọ nibiti ko yẹ lori ọran ti o jẹ pe, bi o ba roju, bi o ba tiraka diẹ, o le ṣe ohun na laifẹ iranlọwọ ẹlọmiran.

Use: This is used against people who shamelessly ask for help in difficulties which they ought to be able to surmount by their own efforts.

391. Ekute ti o fi àkò silẹ ti o njẹ ọbẹ, ṣe t'ẹnu ẹni ni o fẹ gbọ.

Translation: The rat which leaves the scabbard alone and gnaws at the blade obviously wants to hear what we have to say.

Lílò: Ìbawi fun ẹni ti nwa awawi lati da si enia l'ọrun. Ọrọ iṣiri fun ẹni ti a nwa ẹsẹ si lẹsẹ, ki o le da a loju pe, a mọ pe a nwawawi lasan ni lati da si i l'ọrun.

Use: This reproves people who find fault unnecessarily, and encourages the person who has been subjected to merely carping criticism.

392. Ẹni ṣe ọbẹ àtẹ a ni ki oriṣa pa a; ẹni ti ko ṣe rara nkọ?

Translation: A person cooks stew without salt and we ask the gods to kill him; what about the person who does not cook at all?

Lílò: Ìbawi pe ko tọ lati mã dajọ laiṣànu rara.

Use: One should not be too harsh in judging others.

393. Ẹni ti o gbin ọgọrun èbù ti o pe e n'igba ntan ara rẹ̀ jẹ: igba ti o ba jẹ ọgọrun otitọ tan, a tun jẹ ọgọrun irọ.

Translation: He who plants 100 yam seeds and calls

164

them two hundred is deceiving himself; when he has eaten the 100 real ones he has planted, he will then eat 100 lies.

Lílò: Ìbawi fun ẹni ti ntan ara rẹ̀ jẹ ti nrọ ara ju bi o ti mọ nitõtọ.

Use: It is of no advantage to consider ourselves better than we are or to give a false impression of ourselves.

394. Gbe ọmọ wa ki mi, ọwọ ni ina 'ni.

Translation: 'Bring the child to greet me' always costs one money. (It is the custom of Yorubas to give presents to children brought to visit them; if the child is very young the present will be given to the mother.)

Lílò: Ìbawi fun ẹni ti nṣe tikọ lainidi pataki lati lọ ki ẹni ti o yẹ; bọya nitori o gberaga tabi nitori irira ẹni ti o san ju u ti o yẹ ki o lọ ki na. Ẹni ti a tabuku fun na le lo owe yi lati fihan pe on ko bikita bi ko wa ki on nitori bi o ba wa, ọwọ alejo ni yio na a.

Use: This may be said when, for reasons of amour-propre, a man refuses to pay a call on someone when custom demands that he should pay a visit. The other man will use the proverb to explain that in the circumstances, he is glad the visit was not made.

395. Gbogbo ika fi ojude ṣe ọkan, atanpako ya tirẹ̀ sọtọ.

Translation: All the fingers have a common open space, the thumb has its own separately.

Lílò: Ìbawi nigbati ẹni kan ba fẹ ya ohun tirẹ̀ sọtọ tabi ti o fẹ ṣe tirẹ̀ yatọ si ti awọn iyoku.

Use: This is said when a person chooses, for no obvious reason, to act differently to others.

396. Ida nwo ile ara rẹ̀ o ni on mba àkò jẹ.

Translation: The sword is breaking down its house and it says that it is only damaging a scabbard.

Lílò: Ìbawi nigbati enia nṣe ohun kan tabi hu iwa kan ti o le yọri si ipalara on pãpa.

Use: This is said when a person acts in a way which is really against his own interests. 'He is cutting off his nose to spite his face.'

397. Iyan mu, a ni irẹ sanra; iyan rò, irẹ ru.

Translation: There is a famine and we say that the crickets are fat; the famine subsides and the crickets are lean.

Lílò: Ìbawi fun ẹni ti o mọ riri ohun nigbati o wa ninu wahala ṣugbọn nigbati ara rọ ọ tan ko mọ riri ohun kanna mọ. Nigbati enia ba wa ninu wahala, a mọ riri iranlọwọ kékèké ti o rigba, ṣugbọn nigbati o ba bọ ninu wahala na, iranlọwọ kékèké wọnnì ki ijọ o loju.

Use: This is said to a man who has been glad of your help in difficult times, but who now, in improved circumstances, belittles what you did for him. When someone is in difficulties he appreciates the small blessings that come his way; when his difficulties are over he regards as unimportant the things he has regarded previously as vital.

398. Kaka ki eku ma jẹ sèsé, a á fi ṣe awadanu.

Translation: If the rat cannot eat the sèsé beans, he will root them up and scatter them.

Lílò: Ìbawi fun ẹni ti o ba ohun kan jẹ nitori ko wulo fun u; iwa aibikita ẹni ti nitori o mọ pe ohun kan ko ṣe anfàni fun u nitorina ko kọ bi ohun na bajẹ.

Use: This is said of those who knowingly damage what they cannot use, so that others may not benefit. 'Do not be a dog in the manger.'

399. O ko ṣa igi l'ogbẹ, o ko ta ogurọ l'ọfa, o de idi ọpẹ o gbe ẹnu s'oke; ọfẹ ni iro?

Translation: You do not gash the tree; you do not pierce the raphia palm with an arrow, you come to the base of the palm tree and lift your mouth; does it (the wine) flow for nothing.

Lílò: Ìbawi fun ẹni ti o fẹ karè nibiti ko gbin irè si.

Use: This is said of someone who is so idle that he will not lift a finger to help himself.

400. Odò ki ikun bo ẹja l'oju.

Translation: The river is never so full as to cover the eyes of the fish.

Lílò: Ìbawi fun ẹni ti o gbe ọrọ kọja ọga rẹ̀ lọ sọdọ ẹni ti o ju awọn mejēji. Bi enia ba jẹ ọrẹ ẹni nitõtọ o lẹtọ lati mọ nipa ọran ti o kan 'ni. **Use:** The proverb is used as a reproof to someone who has approached a higher official over the head of his immediate superior. If a man is your true friend he is entitled to know your secrets.

401. Ọdun oni o ku m'erin, ēmi o ku m'ẹfọn, ọdun mẹta oni o ku m'olo, ọla nrewaju tabi ọla nrẹhin.
Translation: This year you kill an elephant, next year you kill a buffalo, but the year after next you kill a mouse; is your honour going forward or backward?
Lílò: Ìbawi fun ẹni ti ko tẹsiwaju.
Use: This is said to someone who is not progressing in his studies or business.

4

WARNING (ÌKÌLÒ)

402. A nja nitori Òjà, Òjà ni tani nja l'ẹhinkule on?
Translation: We are fighting for the sake of Òjà, and Òjà asks who is fighting at the back of his house?
Lílò: Ìkilọ pe ki a sọra ki a ma gbèjà ninu ọran ẹlọmiran laijẹpe o bēre iranlọwọ ẹni nitori nigbapupọ ko ni mọ riri ohun ti a ṣe fun u.
Use: Do not get involved in other people's quarrels, more often than not the person you think you are helping will not appreciate it.

403. Abinu ẹni a fi õre ṣegi ninu igbo, a ni o san ki ọmọ ẹranko mu u jẹ.
Translation: He who hates another will do good turns to the trees in the forest and say it is better for the wild beasts to take them and enjoy them, or it is less painful if a beast is ungrateful to one; (mu õre jẹ, to be ungrateful).
Lílò: Ìkilọ lati ronu ki a ranti bi irira ti le pọ to li ọkan ọmọ-enia si ara wọn tobẹgẹ ti akorira miran ro pe o san ki on ṣe ẹranko l'õre ju ẹni ti o korira.
Use: This warns us how bitter the mind of a man can be towards someone he hates.

169

404. Abulẹ ni imu aṣọ tọ; ẹni ko toju abulẹ yio ṣe ara rẹ̀ l'ofo aṣọ.

Translation: Patching makes a garment last; one who does not attend to the patching of his clothes will find himself at a loss for clothes.

Lílò: Ìkilọ pe ki a mojuto ọran tabi iṣẹ ti a nṣe ki o to bajẹ tobẹ̃ ti ko fi si atunṣe.

Use: This is a warning not to neglect details of one's business.

405. Agada ko mọ ori alagbẹdẹ.

Translation: The sword does not recognise the head of the smith (who made it).

Lílò: Ìkilọ pe ki a ṣọra ki a ma tọ́ enia, pãpa ẹni ti o lagbara ju 'ni; ki a ṣọra lati lu ofin nitori ofin ko mọ ẹni kan yatọ, ẹnikẹni ti o ba lu ofin ni yio jiya.

Use: Do not get on the wrong side of a person, or of the law.

406. Agba ti o gbin èbù ika, ori ọmọ rẹ̀ ni yio hu le; gbe odó ru mi ki ngbe àlapà ru ọmọ rẹ̀.

Translation: When an elder plants the seed of cruelty, it will sprout on the head of his children; if you place a wooden mortar on my head, I will place a piece of broken wall on the head of your child.

Lílò: Ìkilọ pe ohun ti enia ba gbin ni yio ka; iwa ti o ba hu si ẹlọmiran ni a o hu si ọ; ẹsan iwa ibi ẹni kan le ba ọmọ tabi iran rẹ̀; ẹsan mbẹ.

Use: What a man sows will be reaped by his children. 'The fathers have eaten sour grapes and the children's teeth are set on edge.'

407. Àgbéré ṣigidi ti o ni ki a gbe on sinu ọjọ; bi apa ti nya ni itan nya, kidiri ori ko le daduro.

Translation: It was a conceited Ṣigidi who asked to be placed in the rain; as the arms drop from its body so do the legs; the head alone cannot stand by itself. (A Ṣigidi is a clay image said to be able to go secretly at night to wherever its sender wishes in order to harm someone.)

Lílò: Ìkilọ fun ẹni ti nṣe àgbéré, aṣeju tabi aṣehan nitori èté ni ikẹhin iru ẹni bẹ̃.

Use: This is said to someone who is biting off more than he can chew. Ostentatious behaviour sometimes leads to a person's downfall.

408. Agbọju-le-ogun fi ara rẹ̀ fun oṣi ta.

Translation: He who pins his hopes on a legacy gives himself up to be afflicted with poverty.

Lílò: Ìkilọ pe ki a ma gbọjule ogun tabi iranlọwọ lati ọdọ ẹlọmiran.

Use: This is a warning against relying on legacies or on help received from other people.

171

409. Àgó ti o gbọ́n ẹbiti pa a, ambọtọri mọlãju abara paipai.

Translation: The trap kills the clever striped bush rat, how much more the sluggish grey bush rat?

Lílò: Ìkilọ pe ki a ṣọra nidi ọran ti o le mu wahala ba 'ni, pãpa iru eyi ti a mọ pe awọn ẹni ti o gbọn tabi wa l'aye pataki nṣọrọ nipa rẹ̀ nitori ọran na ya ẹlẹgẹ.

Use: When cleverer people have burnt their fingers in some affair it behoves the ordinary person to be very chary about touching it.

410. Agutan ti o ba ba aja rin yio jẹ imí.

Translation: The sheep which moves in the company of dogs will eat excrement. (Dogs, although very useful in Yorubaland, are considered to be low animals because of their eating human excrement. Many mothers keep dogs specially for the purpose of eating the excrement of their babies).

Lílò: Ìkilọ lati yẹra fun ẹgbẹ́ buburu ki o mà ba iwa rere wa jẹ.

Use: This is a warning to avoid bad company. 'Evil communications corrupt good manners.'

411. Ailọwọ ni ẹbi ò fẹ́; bi a ba di olówó tan, taja-tẹran ni idi ẹbi ẹni.

Translation: When you have no money you have very few relations; but when you become a rich man, every Tom, Dick and Harry will claim relationship.

Lílò: Ìkilọ fun ẹni ti o l'ówó tabi ti o rijẹ pe ki o ṣọra, nitori nigbati owó wa lọwọ rẹ̀ ọpọlọpọ ni yio fẹ ki o jẹ ẹbi tabi ibatan rẹ̀, ki o le mã ṣe ojúre si wọn tabi ki o mã ran wọn lọwọ.

Use: The successful man must be careful to avoid the many parasites who will gather round to sponge on him.

412. Aimọkán, aimọkàn, ni ekute ṣe npè ologbo ni ija.

Translation: It is through sheer stupidity and inexperience that a rat challenges a cat to a fight.

Lílò: Ìkilọ nigbati ẹni kan nitori o jẹ ọpẹ tabi ko ri iriri, ti o nnọga lati ṣe ohun ti o le pa a lara tabi ba a lorukọ jẹ.

Use: This is said when someone, through sheer ignorance of the issues involved, endangers himself and his reputation.

413. Airi ọrọ sọ iyawo ti o ni ekute ile yio jẹ idẹ, bẹ̃ni Mọjidẹ ni iyale rẹ̀ njẹ.

Translation: The bride with nothing to talk about who said that the house-rat will eat brass: it happened that the head-wife was called Mọjidẹ meaning 'child eats brass'. (In a polygamous home the senior wife is called iyálé while the junior is called ìyàwó; the ìyàwó is expected to respect the iyálé. Mọjidẹ literally means the 'child eats brass'; when the ìyàwó therefore said that the rat in the house will eat idẹ, she was implying to the iyálé that she can eat brass. The iyálé and ìyàwó are always rivals in the home.)

Lílò: Ìkilọ pe ki enia mã sọ ọrọ ẹnu rẹ̀ pãpa lãrin ile rẹ̀ ki alafia le wa ninu ile na.

Use: This is a warning against loose talk or words which are likely to cause quarrels and misunderstandings, especially in the home.

414. Aja ti o yó ki iba aiyó ṣere.

Translation: A dog which has just had its food does not play with one which is hungry.

Lílò: Ìkilọ fun ẹni ti o ṣorire ti nkan rẹ̀ nlọ dede ki ọpọlọpọ ti ko ṣorire bi tirẹ̀ ma le korira rẹ̀.

Use: A successful man is likely to become an object of envy to his unsuccessful friends, so that he must be careful in his dealings with them and also with other people.

415. Ajidẹjẹ ki ijẹ ọkan mọ.

Translation: One who steals and eats a prawn will not be satisfied with only one.

Lílò: Ìkilọ pe nigbati iwa buburu kan ba mọ 'ni lara o ṣoro lati yọwọ kuro ninu rẹ̀. Aṣiṣe kan ni imã sun 'ni ṣe ọmiran. **Use:** Once one falls into a bad habit one is likely to persist in it. Once one takes a wrong step, one is likely to take many more. Indulgence creates appetite for more indulgence.

416. Akẹsan l'opin Ọyọ, ibi a ba ṣiṣẹ ti a ni owó lọwọ ni ori da 'ni si.

Translation: Akẹsan market is the centre of business for the Ọyọ people; we get work and money in the place our destiny has appointed us to live.

Lílọ: Ìkilọ pe ko ṣe anfàni lati mã ṣi kàkiri; o san ki a farabalẹ joko si ibi ti a riṣẹ ṣe tabi ti òwò dara fun 'ni.

Use: This is a warning against moving about aimlessly from place to place. One ought to settle down in whatever place we find work or success in trade.

417. Alagbata ọja ni isọ ọja di ọwọn.

Translation: It is the agent who makes the goods expensive.

Lílọ: Ìkilọ pe ẹni pupọ a mã ṣe aṣeju nipa ohun ti a fi si itọju wọn.

Use: An agent usually adds to the price of goods he sells. One who is not concerned in the success of a matter may be reckless in handling it.

418. Alaṣọ ala ki ilọ si isọ elépò.

Translation: One who is clad in fine white clothes does not go to the stall of a palm-oil seller.

Lílọ: Ìkilọ pe ki a ma kó ẹgbẹ́ buburu ki orukọ ẹni mã bajẹ. **Use:** If you have a good name it is unwise to move in bad society.

419. Alayinsi ko ni odó, ẹnu gbọ́ngbọ́ l'odó wọn.

Translation: Gossips have no mortar, their mouth is their mortar.

Lílò: Ìkilọ lati yẹra fun awọn alaroka ati alahẹṣọ.

Use: This is a warning against gossips.

420. Alekoko bi ọsán, ogbé jinná ohun ma jinná.

Translation: That which is tough as a bow string – a wound heals but a word does not heal.

Lílò: Ìkilọ pe ki a ṣọra lati ṣè enia; bi ẹni ti o ṣè tilẹ gbagbe, ẹni ti a ṣè ko ya gbagbe.

Use: We should be careful about what we say; when we offend another, the person offended will not easily forget.

421. Apàdi ba wọn din agbado ko ri rún; ọkọ́ ti o ba wọn ṣakọ sun ebi.

Translation: The potsherd helped them roast corn but had none to chew; the hoe that helped them clear the farm slept hungry.

Lílò: Ìkilọ pe ki a ṣọra nitori nigbamiran enia ki ini ipin ninu ohun rere ti o pẹlu awọn miran ṣe apọn lati ṣe.

Use: Those who share in the labour of production are often deprived of a share in the profits.

422. Apēpo l'ẹhin agba, ṣe agba mbọ wa kan a, ki awọn ọmọ wẹwẹ ri ohun pa.

Translation: He who strips the bark from the back of

176

an elder (i.e. insults him), is not age coming upon him for the youngsters to find something to strip? (i.e. insult him in turn.) (Apēpo is one who strips the bark off a tree for medicinal purposes.)

Lílò: Ìkilọ pe ohun ti a ba ṣe si agba nisisiyi ni ọmọde yio ṣe si wa nigbati a ba dagba; ki a ṣe si ẹlọmiran bi a ti fẹ ki wọn ṣe si wa.

Use: This inculcates respect for elders.

423. Arire ba ni jẹ agbọn isalẹ; bi a ku l'owurọ a ya l'alẹ.

Translation: He who eats with you to get some advantage is like the lower jaw; if one dies in the morning, it will drop by the evening.

Lílò: Ìkilọ pe ki a ṣọra lọdọ ọrẹ tabi ará ti o jẹ pe nigbati a ri jẹ ni nwọn mọ 'ni. Ede nipa awọn ẹni ti o fẹran ọrẹ tabi ará wọn nigbati nwọn ri jẹ, ṣugbọn nigbati nwọn ko ri jẹ mọ, nwọn kẹhin si wọn.

Use: This is a comment and a warning about the fickleness of fair-weather friends.

424. Arisa ina, akotagiri ejò, agba ti o ri ejò ti ko sa, ara iku ni nya.

Translation: A fire is something to run from when we see it, a snake is something to start away from when we meet it; the elder who sees a snake and does not run is anxious to meet his death.

Lílò: Ìkilọ pe o san ki agbalagba fi ara rẹ̀ si òwò bi aye agba, ju ki o mã bẹ le ọmọde tabi ki o ma fun ọmọde,

177

ti o wa l'aye pataki, li ọwọ ti o tọ si i nitori o jẹ agba si ọmọde na; nikẹhin agbalagba na yio tẹ.

Use: One should not be foolhardy in the face of danger when there is no means of overcoming it. It is dangerous for an elderly person, even if he may once have held an important position, to be too familiar with a younger man in a superior position.

425. Aṣá wo ahun titi, àwòdi wo ahun titi; kini idi baba aṣá on awodi le fi ahun ṣe?

Translation: The hawk looks at the tortoise for a long time, the kite looks at the tortoise for a long time; what can the eagle, more powerful than the hawk or the kite, do to the tortoise. (The eagle cannot carry the tortoise away because of the shell in which it lives.)

Lílò: Ìkilọ fun ẹni ti o fẹ tajamba fun ẹni ti apa rẹ̀ ko kạ nitori onitọhun firi rẹ̀. Ifunnu fun ẹni nla kan ti ẹni ti ko to o lọwọlẹsẹ fẹ tajamba fun.

Use: A man who suspects that someone wants to harm him may use this proverb as a boast and a warning that, owing to some particular circumstances, it is beyond the other's power to harm him.

426. Aṣohun ēkulé ba ara rẹ̀ ninu jẹ; ohun ti o wu 'ni a sọ ninu ile ẹni.

Translation: One who listens over the fence causes himself worry; one can say whatever one likes in one's own house.

Lílò: Ìkilọ pe ki a ma nọga mọ ohun ti o le ba 'ni ninu jẹ tabi ki a mã wadi ọran ti ko latunṣe ti o le yọri si ọran ibanujẹ; yiyọ fetilẹlẹ gbọ ọrọ ti ẹlọmiran nsọ ko dara, nitori igba ti a gbọ ọrọ na ti o le ba 'ni ninu jẹ, a ko le fesi tabi la alaye.

Use: This is a warning against eavesdropping. A man may hear something which was not intended for his ears. It may be something which concerns himself, but he is unable to reply or offer an explanation as he is not supposed to be listening.

427. Asunmọ di ètè; enia gbe okèrè niyi.

Translation: Being near to a person leads to disrespect; he who lives at a distance has honour.

Lílò: Ìkilọ pe bi o ba fẹ jẹ ọrẹ ẹni kan ma sunmọ pọju lati mọ gbogbo aṣīri rẹ̀; nigbati o ba mọ aṣīri rẹ̀ (ko si ẹni ti ko l'aṣīri) yio di enia kekere loju rẹ̀, ọrẹ yin a si bajẹ.

Use: If you want to remain a friend of someone or if you wish to continue having regard for him, do not associate too closely with him; when you see all his private life you are likely to have less regard for him. 'Familiarity breeds contempt.'

428. Atèmákú ko si ninu ifa.

Translation: The person who consults it and never dies is not to be found among the Ifa oracles.

Lílò: Ìkilọ fun ẹni ti, nitori o l'ọrọ pupọ, o nhuwa buburu; lati ran a leti pe ki o ṣọra nitori yio ku l'ọjọ kan.

179

Use: However long we live we must all die some time, so the evildoers should beware.

429. Atikekere ṣe ẹru ko mọ iyi òtẹ.

Translation: He who has been a slave from childhood does not know the value of rebellion (or slavery).

Lílò: Ìkilọ fun ẹni ti ko mọ bi ohun ti ri sibẹ a ni ki o wa sọ bi ohun na ti dara to; enia ko le mọ didara ohun ti ko ri iriri nipa rẹ̀.

Use: He who has no experience of a thing cannot know its value and it is useless to ask him his opinion about it.

430. Awo ni igbe awo ni igbọnwọ, bi awo ko ba gbe awo ni igbọnwọ, awo a tẹ.

Translation: The cult member supports the arm (elbow) of his fellow member; if one member does not support another member, the cult will be disgraced.

Lílò: Ìkilọ pe ki enia ma ro pe on to tan; nigbapupọ iranlọwọ ẹlọmiran jẹ ọranyan ki enia to le ṣe ohun kan bi o ti dara. **Use:** No one should think himself able to cope with every situation on his own. The co-operation of others is often necessary for a person to achieve success.

431. Awodi oke ko mọ pe ara nlẹ nwọ on.

Translation: The eagle flying high in the sky does not know that those on the ground are looking at him.

Lílò: Ìkilọ fun ẹni ti nhuwa ibi pe ọpọlọpọ le mọ nipa

iwa buburu rẹ̀, bi nwọn ko tilẹ sọrọ, nigbati o ro pe ẹnikẹni ko mọ nipa rẹ̀ rara.

Use: This is said in warning to someone who thinks that others do not see or know about his evil ways.

432. Àwòṣá ni imu ọrẹ bajẹ, firí ni a á wò ẹni wò 'ni.

Translation: Looking closely into the affairs of a friend spoils friendship; we just glance at someone who is glancing at us.

Lílò: Ìkilọ pe bi o ba fẹ jẹ ọrẹ ẹni kan ma wò igbesi aiye rẹ̀ li awọfin nitori nipa ṣiṣe bẹ□ o o ri alēbu rẹ̀, ó si le di kekere loju rẹ̀.

Use: Warning that if you want to be friendly with someone, you should not look too closely into his private life otherwise you are likely to be offended easily.

433. Ba inu sọ ma ba enia sọ; enia ko si mọ, aiye di eke. **Translation:** Confide your secret to your heart, do not share it with people; genuine people no longer exist; everybody in the world has become a liar.

Lílò: Ìkilọ pe ko ṣe anfàni nigbamiran lati mà sọ gbogbo aṣìri ẹni fun ẹlọmiran.

Use: Do not share your secrets with others, because by doing so you may be sharing it with a great number of people and you may bring trouble upon yourself.

434. Bi a ba ni ki ara ile ẹni ma l'ówó, ara ode ni iya 'ni l'ofà.

Translation: If we do not wish one of our household to become rich, then an outsider lends us money for which we serve as pawns. (When he is in need he may have to apply to them for assistance.)

Lílò: Ìkilọ fun ẹni ti o jowu tabi korira ẹbi, ọrẹ tabi aladugbọ rẹ̀ ti o san ju u lọ; bi o ba jẹ pe o l'ówó ju u lọ ni, bi o ba si korira rẹ̀, igba ti o ba fẹ ya owó, ko ni le bẹre lọwọ rẹ̀ yio nilati lọ sọdọ ara-ode ti o le ṣaiya a.

Use: This is a warning to someone who is envious of a friend, relative or neighbour who is better situated in life than himself.

435. Bi a bọ oju bọ imu, isalẹ agbọ̀n ni a npari rẹ̀ si.

Translation: Whenever the face and nose are washed, the cleaning ends at the bottom of the chin.

Lílò: Ìkilọ pe ki ọdọmọde ṣọra nitori o le nilati jihin iṣẹ ati iṣe rẹ̀ fun aṣiwaju rẹ̀.

Use: This is a warning to a young man to be careful in all he does, as he will be accountable to his elders or superiors.

436. Bi alẹ ba lẹ a fi ọmọ-ayo fun ayo.

Translation: When dusk has fallen the ayo nuts are put away. (Ayo is a game for two played on a board called ọpọ́n ayo. This has six cavities on each side and four nuts are placed at the start of the game in each cavity. Ayo is not played after dark. It is said that the reflection of artificial light on the nuts causes harm to the eyes.)

Lílò: Ìkilọ pe ko tọ lati ṣe aṣeju; ohun ti o yẹ ki a ṣe ni igba kan ki a ma fi i silẹ di igbamiran.

Use: This is a warning against overdoing anything, however desirable. There is always an appropriate time for doing certain things.

437. Bi enia ba nyọ ilẹ dà, ohun buburu a mã yọ ọ ṣe.

Translation: If a man secretly betrays his friend, evil things will secretly happen to him.

Lílò: Ìkilọ pe ohun ti enia ba gbin ni yio ka; ero buburu ni ikọkọ ni a o jere rẹ̀ ni gbangba.

Use: Whatever a man sows, he will reap; evil things cherished privately will be talked about in public.

438. Bi eti ko gbọ yẹkẹn, inu ki ibajẹ.

Translation: If the ear does not hear malicious gossip, the heart is not grieved.

Lílò: Ìkilọ pe ko dara lati mã sọrọ ẹlọmiran laidà lẹhin rẹ̀; ko ṣe anfàni lati mã feti si ọrọ olofofo tabi alahẹṣọ.

Use: This is a warning against gossip and tittle-tattle. It is wise to try to cultivate the habit of not being interested in news about other people.

439. Bi ilẹ roro bi o pa òwè, ori oloko ni yio da a le.

Translation: If someone dies on the farm on which he has come to work among others under Òwè system, the owner of the farm will be much concerned. (Òwè is the system of asking many people to work on one's farm without pay or any return, other than the moral obligation of accepting the man's request to help him work on his own farm at another time.)

Lílò: Ìkilọ pe o tọ lati tọju alejo ẹni nitori bi ohunkohun ba ṣe ẹ, ọrun wa ni o ṣe e si; ki a ṣọra lati gba ẹni ti a o mọ tẹlẹ li alejo.

Use: A man should take care of his guests, because he may be held responsible if an accident befalls them.

440. Bi ọmọde fẹ ṣiṣẹ agba, ọjọ a bi i ko ni jẹ.

Translation: If a young man wants to behave like an elderly man, the date of his birth will not let him.

Lílò: Ìkilọ fun ọmọde lati ṣọra nitori ọna pataki ti a le gba ṣe ohun dara ni nipa ṣiṣe e wo; agba ni anfàni ṣiṣe ohun ri, nitorina o mọ bi yio ti ṣe e lẹrinkẹji ki o le dara, ṣugbọn ọmọde ko ni anfàni iru eyi.

Use: However clever a young man may be he cannot do things as an elder would do them, because he lacks experience.

441. Ẹda nlu ilu ibajẹ, Ọba Ọlọrun ni ko jẹ ki o dun.

Translation: Man beats the drum of slander for the people's downfall, only God Almighty will not let it sound.

Lílò: Ìkìlọ̀ pe ki a ṣọ́ra nitori ifẹ́ ogunlọ́gọ̀ ọmọ-araiye ni lati wó enia ni ilẹ̀yilẹ̀ ki o sọ ọ́ di asan; Ọlọ́run nikan ni oluranlọ́wọ́ alaṣeyọ́ri ti o si sọ ète ọmọ-araiye di asan.

Use: We must be careful in all we do as it is the delight of men to drag others down; only God gives us success and thwarts the schemes of man.

442. Ẹhinkule ni ọta wa, ile ni aṣẹ̀ni ngbe; bi iku ile ko pa 'ni, ti ode ko ri 'ni gbe ṣe.

Translation: Your enemy is to be found in your backyard, the plotter against you lives in your house; if death from inside the house does not kill you, that from outside does nothing to you.

Lílò: Ìkìlọ̀ pe ki a ma jẹ́ ki enia ti o sunmọ́ 'ni mọ ọ̀pọ̀ aṣìri ẹni nitori iru wọn ni imã sọ ohun aṣìri ti nwọn mọ nipa ẹni fun ọta, a si ta 'ni ni jamba nipa iranlọ́wọ́ tabi ọ̀rọ̀ ti o gbọ́ l'ẹ́nu ẹni ti o sunmọ́ 'ni.

Use: Do not be too familiar even with members of your household and do not tell them all your secrets. They will sometimes cause your downfall by telling your enemies how best to strike at you.

443. Ẹ̄kan ni ejò nyan 'ni.

Translation: The snake bites a man only once.

Lílò: Ìkìlọ̀ pe bi jamba kan ba ṣe 'ni ki a ma sunmọ́ itosi ibi ti o ṣe 'ni mọ.

Use: When you have once been involved in an awkward situation, you should not let yourself be caught in the same way a second time. 'Once bitten, twice shy.'

444. Elete ko pa a l'oju ẹni; ẹhin ẹni li a ngbimọran ika.

Translation: He who plans the downfall of another does not do so in his presence.

Lílò: Ìkilọ pe ki a ṣọra li ọna wa gbogbo nitori ọmọ-araiye a mã ṣọ iṣiṣe ẹni ki o le yò pupọ nigbati a ba ṣubu.

Use: We must be careful in all we do, as there may be people lying in wait to trip us up.

445. Ẹni a mu ti o jale l'ẹkan, bi o fi aṣọ igba ọkẹ bọra aṣọ ole l'o nlọ.

Translation: He who is once caught thieving, even if he wears clothes costing £50 (200 bags of cowries), people will say it is stolen clothes he is wearing. (£50 for clothes in olden days in Yoruba society was unheard of.)

Lílò: Ìkilọ bi enia ba di ẹni ẹgan l'ẹkan a ko ya ka a si ọmọluwabi mọ; ẹni ti o ba sọ oruko rere rẹ̀ nu l'ẹkan ko ya ri i mọ.

Use: Once a man is known to have stolen something, he has forfeited his good name for all time. 'Give a dog a bad name and it sticks.'

446. Ẹni duro de erin duro de iku, ẹni duro de ẹfọn duro de ija; ẹni duro de egungun alagangan, ara ọrun ni nya a.

Translation: He who waits for an elephant waits for death; he who waits for a buffalo waits for battle; he who waits for the egungun equipped with an axe is anxious to go to the other world.

Lílò: Ìkilọ pe ki a ma ṣe aiya gbangba si iṣoro tabi wahala; o san nigbamiran ki a yẹra ju ki a nú ara ẹni mọ inu wahala kan nigbati, nipa iwa ọgbọn, a le ṣaibọ sinu wahala na rara.

Use: There are some dangers which it is foolhardy to face. 'Discretion is the better part of valour.'

447. Ẹni fẹ́ arẹwa fẹ́ iyọnu.

Translation: He who marries beauty marries trouble.

Lílò: Ìkilọ pe ki a ṣọra nipa ohun rere ti a ni nitori bi o ti nwu 'ni bẹni o nwu ẹlọmiran, o si le fẹ́ ja a gba mọ 'ni lọwọ.

Use: If you have gained something desirable, others will be jealous, and will cause you trouble; they will either wish to take it from you or have a share in it.

448. Ẹni sọrọ pupọ a ṣi sọ.

Translation: One who talks much is likely to make mistakes.

Lílò: Ìkilọ pe o dara ki a yara gbọ́ ṣugbọn ki a lọra lati fẹsi; ninu sisọrọ pupọ ju bi o ti yẹ ni a le ká ọrọ mọ 'ni

187

l'ẹnu.

Use: We must be careful in our speech, especially in commenting upon the affairs of other people.

449. Ẹni ti aigbọn pa l'o pọ, ẹni ọgbọn pa ko to nkan.

Translation: Those killed by lack of wisdom are numerous. Those killed by wisdom do not amount to anything.

Lílò: Ìkilọ pe ki a ma ka ara ẹni si ọlọgbọn l'oju ara ẹni nipa bayi ki a kọ imọran tabi aba ti o le ṣe 'ni li anfàni.

Use: This is a warning to people who are foolish enough to think that they know everything and are unwilling to take advice from other people. It is wise to listen to the advice of others.

450. Ẹni ti o mọ wura ni a nta a fun.

Translation: Gold should be sold to one who knows its value.

Lílò: Ìkilọ pe ẹni ti o ba mọ ríri ohun ni ki a fun; ẹni ti o ba mọ ríri imọran ni ki a fun; ẹni ti o ba mọre ni ki a ṣòre fun; ẹni ti o ba mọ iyi ifẹ ni ki a fẹran; nitori bibẹkọ ẹdun ati ibanujẹ ni yio kẹhin.

Use: One should offer advice to those who will value it; show favour to those who will appreciate it; love those who will reciprocate the love.

451. Ẹni ti o ni ẹwà ko ni ẹwa, ẹni ti o l'ẹwa, ko l'ẹwà.

Translation: The one who has beauty has not ten cowries; the one who has ten cowries has not beauty; (ẹwa 'ten cowries' is used here for 'money' to make a rhyme with ẹwà 'beauty').

Lílò: Ìkilọ pe ki a ma jẹ ki ohun ti ndan tan 'ni nitori ki iṣe ohun gbogbo ti ndan ni wura; ki iṣe bi ohun ti jọ ni iri nigbagbogbo.

Use: A beautiful woman is not always intelligent or wealthy; nor is an intelligent or wealthy woman always beautiful. The proverb is also used more generally in the sense of 'all is not gold that glitters'.

452. Ẹni ti o ya ẹgbãfa ti ko san, o bẹgi di ọna ẹgbajẹ.

Translation: He who borrows 12,000 cowries and does not repay it, cuts down a tree to block the road for 14,000 cowries. **Lílò:** Ìkilọ pe o tọ ki a mọ rírì inurere ti a ṣe si wa ki a si fihan pe a mọ rírì rẹ̀, bibẹkọ a le ṣairi ọmiran gba.

Use: The man who shows no appreciation of a kindness shown to him will not receive another.

453. Ẹni ya iwọfa ẹgbã, ti on tirẹ̀ ni yio lọ ata kunna.

Translation: He who gets a pawn for 6d. both he and the pawn will together grind pepper small. (An iwọfa is

189

one who is serving another for the interest on a loan received. The pepper is ground between two stones before it is used for cooking. Sixpence is too small an amount to give out as a loan under iwọfa system.) In this absurd case the pawn would have to be either a very young child or a very old man; the child would not know how to grind and the old man would be too weak.

Lílò: Ìkilọ pe ẹni ti o ba jifa ohun kan tabi ti o ba raja kan ni òpòkúyòkú yio padanu kẹhin; ẹni ti nwa ifa nwa òfò.

Use: He who gets something on too generous terms, or buys something at too cheap a price, will in the long run lose by doing so.

454. Enia bi aparo ni aiye fẹ.

Translation: It is people like bushfowl that the world likes. (The bushfowl is generally described as having dirty feathers.) **Lílò:** Ìkilọ pe ọpọlọpọ ni inu rẹ̀ ndun ni kọrọ aiya rẹ̀ nigbati ẹni kan ba kọsẹ li aiye ti o ba ṣubu; a ma dunmọ ọpọlọpọ ki o ri ẹlọmiran ninu wahala ju ki o ri i ninu gbẹ́fẹ́ ati idẹra.

Use: Many people secretly like to see a man in trouble and are envious of a man who is successful. A man's failure often gives people secret pleasure.

455. Ẹnu ko gbọ 'mọ jẹ ri'.

Translation: One's taste does not say that because it

has tasted a lot of things it will not taste anything any more.

Lílò: Ìkilọ pe ewu wa ninu ifẹ-afẹju fun ohun kan nitori bi a tilẹ fẹ ẹ lafẹju nisisiyi ko ni ki o ma wu 'ni mọ nigbamiran.

Use: To give way to indulgence is dangerous. The desire to do a particular thing is not lessened by the fact that it has already been done before.

456. Ẹnu òfòrò ni ipa òfòrò, òfòrò bimọ meji o ni ile on kun ṣoṣo.

Translation: It is the chatterer's mouth which kills the chatterer, the chatterer has two children and says that his house teams. (The idea that a person with many children will be in danger of the envy of those who have none still makes many parents unwilling to mention the number of their children in public.)

Lílò: Ìkilọ pe ki a ma fi ohun ini ẹni funnu nitori nipa ṣiṣe bẹ ọpọlọpọ yio mã jowu, nwọn o si korira wa.

Use: Do not talk too much about your possessions or your successes, or you will incur the envy of those who are less fortunate.

457. Ẹpa pẹlu oluwa rẹ ni ifi oju wina.

Translation: The groundnut and its owner will face the fire together. (When the groundnut is thrown into hot ashes to be cooked, the owner must constantly turn it so that it does not burn to ashes.)

Lílò: Ìkilọ pe o dara ki a fẹran enia gbogbo nitori ẹni ti

191

o ba wa wahala fun ẹni keji rẹ̀ yio nipin ninu wahala na dandan.3

Use: It is best not to try to inconvenience anyone, as you may have to share that inconvenience yourself.

458. Eru ki ipa òṣùká, ẹlẹru ni ẹru npa.

Translation: The load does not press down on the pad, it is the man with the load that the load presses down on. (Òṣùká is the pad for the head for carrying loads.)

Lílò: Ìkilọ pe ki a ṣọra nitori olukuluku ni yio jiya ẹsẹ rẹ̀; alarọ lasan tabi ọrẹ ti o jẹ olumọran ibi, ti imã ṣi 'ni lori lati huwa ibi, ki yio ba 'ni pin ninu iya ẹsẹ ti a da.

Use: It is the man actually responsible who has to suffer in an awkward situation, not his servant or his friend or someone who happens to be acting as his assistant.

459. Ẹsẹ girigiri ni ile a njẹ ọfẹ, ọfẹ tan ẹsẹ da wai.

Translation: There is always the sound of clanging footsteps in the house where food is given free; when there is no more free food, no one will come there.

Lílò: Ìkilọ pe ki a ṣọra lati nawọ tabi lawọ́ si ẹlọmiran, nitori ọmọ-araiye ki iba ni jíròrò nipa ilàwó wa si wọn, afi bi oluwarẹ̀ ba gbọn ki o ṣe bi o ti mọ.

Use: Warning that people will come to you when there are favours or things they can get from you cheaply or without payment; otherwise they will not come.

460. Èsò èsò ni igbin ngba gun igi, a birin-gbẹ̀rẹ̀.
Translation: The snail climbs the tree carefully and slowly. **Lílò:** Ìkilọ pe bi a o ba ṣe aṣeyọri, a nilati baralẹ, nitori ẹni ti o baralẹ, ti o mu sũru, ki iṣe ẹni ti nkanju, ni yio ṣẹgun.
Use: To succeed in life one has to be watchful, slow and steady; a slow but steady man succeeds where a quicker person fails, as in the fable of the hare and the tortoise.

461. Fila ko dun bi ki a mọ o de; ki a ri owó ra ẹléya ko to ki o yẹ 'ni.
Translation: Having a cap is not so pleasant as knowing how to wear it, having money to buy an ẹléya cloth is not so important that it should fit the wearer. (There are different styles of wearing a cap in Yorubaland. Ẹléya is an expensive native cloth.)
Lílò: Ìkilọ pe ki a ṣọra nitori atide aye iyi ati ọla ko ṣe pataki to atile lọ aye na bi o ti tọ.
Use: To reach a position of honour and regard is less important than to know how to maintain the dignity which such a position requires.

462. Finna fun mi, ng o finna fun ẹ, ni idija silẹ l'arọ. Translation: 'Blow the bellows for me' and 'I won't blow the bellows for you' cause quarrels in the smithy. (Very few blacksmiths can afford a bellows-boy.)

Lílò: Ìkilọ pe o dara ki a mu sũru nigbati awa ati ojugba ẹni ba fẹ jijọ ṣe iṣẹ kan papọ nitori ẹni kini ko ni fẹ ki ẹni keji ṣe ọga on, bẽni ẹni keji ko ni fẹ ki ẹni kini ṣe ọga on.

Use: When equals meet to work together there is likely to be dispute as to who will be master; therefore patience and unselfishness are necessary for success in these circumstances.

463. Gbà mu kò tan iba.

Translation: 'Take some and drink' does not heal a fever. **Lílò:** Ìkilọ pe o san ki a ni ohun ti ara ẹni ju ki a mã ya ohun ẹlọmiran lọ.

Use: It is better to go and see a doctor and get medicine for oneself rather than ask for a portion of medicine belonging to another patient. It is better to have one's own things rather than to share in those of another.

464. Gba pamọ fun ole ni o nmu ki ole ja.

Translation: It is taking and hiding for thieves that leads to thieving.

Lílò: Ìkilọ pe ko dara lati mã ṣe iranlọwọ fun ẹni ti nrufin tabi ṣe aidã kan nitori nipa ṣiṣe bẽ yio ni iṣiri lati mã tẹsiwaju ninu iwa aidã rẹ̀.

Use: A great deal of crime would never take place if it were not for the readiness of people to act as accomplices.

465. Gba si oke, ni gba si ǫkǫ.

Translation: He who says 'take this ashore' has to take another load into the boat.

Lílò: Ìkilǫ ki a ranti pe bi ẹni kan ba nṣe iranlǫwǫ fun ǫ, on na lẹtǫ ki o bẹre iranlǫwǫ l'ǫwǫ́ rẹ̀ li ǫjǫ miran.

Use: This is a warning that a person who asks for help from other people must expect to be asked for help in return.

466. Gbogbo l'odi, bi a l'ówó odi; gbogbo l'odi, bi a à l'ówó, odì.

Translation: Everything brings malice; if you have money, there is malice; if you haven't money, there is malice.

Lílò: Ìkilǫ pe ayekaye ti a le wa, ki a ṣǫra; bi o l'ówó ǫmǫ-araiye yio jowu rẹ̀, nwǫn si le mã tabuku fun ǫ; bi o ba talaka ǫmǫ-araiye yio mã foju pa ǫ rẹ̀, nwǫn si le mã tabuku fun ǫ. **Use:** This is a warning about the malicious attitude of people generally; if you are rich people may envy you and therefore ignore you or speak ill of you; if you have no money people may ignore you as an inferior.

467. Ika ko fẹ ki a rẹru ki a sǫ ǫ; ori ẹni ni isǫ 'ni.

Translation: The cruel man does not want us to carry our load and put it down; it is a man's destiny which helps him put it down.

Lílò: Ìkilǫ ki a ṣǫra nitori ǫpǫlǫpǫ enia ko fẹ 'ni fẹ ire;

itiraka ati igbiyanju ẹni ni isún 'ni rire.

Use: No one wishes you well; you yourself must make a special effort to succeed in life.

468. Iku ogun ni ipa akikanju, iku odò ni ipa ọmùwẹ, iku ara rirẹ ni ipa arẹwa, màjàmàsá ni ipa onitiju; òwò ti ada ba mọ ni ika ada l'ẹhin.

Translation: Death in war kills the brave man, death in the river kills the swimmer, death by fastidiousness kills the beautiful woman, hesitating between fighting or running away kills the laggard; the trade with which the cutlass is familiar blunts its edge.

Lílò: Ìkilọ pe ki a ṣọra li ọna wa gbogbo nitori a le bọ si wahala nipa àmòjù tabi riri alagbara ti o fi ara rọ 'ni fin; nipa ifararọ enia, à ri i fin, à si ṣi iwa hu; à sọ ọran èrù di yẹperẹ, à si bọ si idẹwo ki a ma bikita fun ohun pataki, nipa bẹ̃ à fa ara ẹni si ẹbi, ati ijiya.

Use: It is wise always to be cautious in our work however familiar we are with it. A person in a position of authority may after a while become careless about his responsibilities, and this will lead to his downfall.

469. Ireke l'ẹwa ju èsú; gbogbo igi ki iṣomi si 'ni l'ẹnu.

Translation: The sugar-cane is more beautiful in appearance than èsú (a wild grass resembling the sugar-cane); not all trees produce sweet juice for our mouths.

Lílò: Ìkilọ pe ki a ṣọra; nitõtọ iri ohun le tan 'ni jẹ ṣugbọn nigbapupọ bi ohun ti ri a fihan bi ohun na ti jẹ

196

nitõtọ.

Use: Although appearances are sometimes deceptive, often the outward appearance shows the true nature of a person. (The sugar-cane is beautiful in appearance and also has sugar in it.)

470. Iṣẹ rẹ̀ ni, ko jẹ ki a mọ iku abiku.

Translation: Its general behaviour prevents us realising the death of an abiku child. (An abiku child commonly faints when it is unwell. When it actually dies people may think it has only fainted and that it will come round again. (See No. 472.)

Lílò: Ìkilọ pe ki a ṣọra ki a ma da ọrọ apara mọ ọrọ pataki nitori a ki yio mọ igba ti ẹni ti nṣe bẹ̃ nsọrọ pataki ti o dùn u. **Use:** People should always be serious in their statements, otherwise they may be taken lightly when they wish to be taken seriously, like the boy in the fable who kept crying 'wolf'.

471. Itakun ti o to ọpẹ ko to da erin duro; itakun t'o pe ki erin ma rin, ti on ti erin ni njọ nlọ.

Translation: The creeper which is as thick as a palm tree cannot stop an elephant; the creeper which tells an elephant not to pass must accompany the elephant on its way.

Lílò: Ìkilọ pe ẹni ti o ba takanrangbọn si ẹni ti o ju u lọ tabi si agbara, bi agbara Ijọba, ti o firì rẹ̀, le, nipa iwa rẹ̀ na, pa ara rẹ̀ run.

Use: A person who gets in the way of a powerful authority may destroy himself.

472. Ko gbelẹ, ko gbọna, ni isinku abiku.

Translation: It is the sluggard who buries abiku children. (An abiku child is thought to have a mischievous spirit which delights in being born and then quickly dying. Such a child is buried without ceremony.) (See No. 470.)

Lílò: Ìkilọ pe bi a ko ba si nidi iṣẹ kan pataki, onirũru iṣẹ ti ko nilari ni a o ma fi lọ 'ni lati ṣe.

Use: A person who has no regular occupation is required to do all sorts of menial and unpleasant tasks.

473. K'o tán k'o tán l'aja nla omi.

Translation: The dog laps the water as if he wants to finish it all.

Lílò: Ìkilọ pe ki a ṣọra lọdọ awọn alaṣeju ati oniwọra ti o jọ l'oju wọn pe ki ohun gbogbo jẹ ti wọn.

Use: There are people who, although they did not share in the labour for the provision of certain services, are prepared to make the most, if not all.

474. Kokoro jewejewe, kokoro jobijobi; kokoro jewejewe l'ara ewe ni igbe, kokoro jobijobi l'ara obi ni iwà.

Translation: The leaf-eating insect and the kola-eating insect—the leaf-eating insect dwells on leaves and the kola-eating insect is found in kola nuts.

Lílò: Ìkilọ pe ki a ṣọra pãpa lati yan ẹni ti a o gbe niyawo nitori ẹlọmiran ni àrùn lara; ero ibi enia mbẹ ninu rẹ̀ ki iṣe pe ẹlọmiran ni o mu u hu iwa ibi.

Use: Deadly diseases are often hereditary and one should therefore be careful in choosing a partner in marriage. The proverb can also mean that a person's evil thoughts are to be regarded as part of his nature and are not due to the influence of others.

475. Kokoro ni idi labalaba, ẹyin ni idi akukọ.

Translation: It is the caterpillar which becomes a butterfly, it is the egg which produces the cock.

Lílò: Ìkilọ pe ki a ma fi oju tinrin ohun kekere nitori ohun kekere ni ndi nla.

Use: One should not belittle a small boy, for he will grow up and become a man, and perhaps a man in a high position. Do not despise small beginnings.

476. Labalaba ti o digbo lu ẹgun aṣọ rẹ̀ a faya.

Translation: The butterfly which flies against the thorns will tear its clothes.

Lílò: Ìkilọ pe ki a ṣọra ki a ma yaju si ẹni ti o ju 'ni ki a mã ba fa ara wa si ijọgbọn.

Use: He who dares to set himself up against a man more powerful than himself will only destroy himself.

477. Laiku ẹkiri a ò le fi awọ rẹ̀ ṣe gbẹdu.

Translation: Until the wild goat dies, its skin cannot

be used to make a gbẹdu drum. (Gbẹdu is the state drum of the Ogboni in Yorubaland.) .

Lílò: Ìkilọ tabi ọrọ akin nipa awọn ti ẹni kan ro pe o nwa ifarapa rẹ̀; imọran pe ki o ma nọga ju bi o ti yẹ.

Use: This may be said as a boast and also as a warning by a person who thinks that certain people are out for his blood. You must first catch your hare before you can eat it.

478. Makan, makan, ni oye nkan.

Translation: Chieftaincy titles go round in turn. (Family titles in Yorubaland rotate in the family according to age, position and good character.)

Lílò: Ìkilọ fun ọdọmọde ti ara nha lati de aye kan pataki pe ki o mu sũru, bi o ba ya, aye na yio kan a.

Use: This is a warning to an ambitious man to await his turn; if he is patient his turn will come and he will succeed to a title in due course.

479. 'Ng o ṣe iya' ko le jọ iya; 'ng o ṣe baba' ko le jọ baba; 'wo iṣọ de mi' ko le jọ oniṣọ.

Translation: 'I'll be a mother to you' can never be like a real mother; 'I'll be a father to you' can never be like a real father. 'Look after the stall in my absence' can never be like the stallholder.

Lílò: Ìkilọ ki a ṣọra nitori bi o ti wu ki adele kan ṣe to (apẹrẹ: alagbatọ yatọ si obi ọmọ) ko le dabi aláyè na pãpa.

Use: A deputy, however good, can never be quite as

200

effective as the person whose place he takes.

480. O wu aṣiwere ki o ru igba rẹ̀ wọ ọja, awọn ara ile rẹ̀ ni ki ijẹ.

Translation: The madman would like to carry his tray (of junk) to the market, only his people (who will be ashamed) will not allow him to do so.

Lílò: Ìkilọ pe ki a ṣe ayẹwo iwa ẹni ti o le ko itiju ba 'ni; ọpọlọpọ enia wa ti o mọ riri orukọ rere wọn, ti ko fẹ ọran itiju, ti o nsọ iwa ati iṣẹ ẹni ti o le ko itiju ba a.

Use: There are people who are so irresponsible that they do not mind doing things which will disgrace themselves and their family. Comment that when someone irresponsible wants to do certain things which may disgrace him and others, it is the duty of his relations and friends or other people concerned to restrain him.

481. Odò ti o t'oju ẹni kun ki igbe 'ni lọ.

Translation: The river which becomes flooded in one's presence does not carry one away.

Lílò: Ìkilọ pe ki a ṣọra ki a ma yaju si ẹni ti o wa l'aye aṣẹ, ki a ma pẹgan tabi dahõ rẹ̀ nitori a ti mọ ọ tẹlẹ ki o to de aye na; ki a ṣọra nipa ọran ti ko kan 'ni l'ọwọ́ tabi l'ẹsẹ ki o ma di ti ẹni.

Use: We must be careful how we deal with someone whom we formerly knew in an inferior position but who has now become a person of authority. The proverb is also used to warn people not to become involved in matters with which they were not concerned at the start.

482. Ogun ọmọde ki işere gba ogun ọdun.

Translation: Twenty children will not play together for twenty years. (It was a true saying, which is likely to be untrue now, in the days of slave-raiding, rampant disease and superstition when life was very uncertain. It was believed that during a period of twenty years they are likely to be separated by force of circumstances).

Líló: Ìkilọ pe ki a sọra nipa iwa wa si ẹlọmiran nitori bi ẹni meji ti le fẹran ara wọn to nwọn o pinya l'ọjọ kan; bi ile-aiye ti le mã dun to, adun na yio dopin l'ọjọ kan.

Use: However friendly two people may be, they will have to separate one day.

483. Ohun ti a başe pèsè, ki a ma fişe ikanju; bi o pẹ titi ohun gbogbo a tọwọ ẹni.

Translation: Something we can do without rushing should not be done as if there were not enough time to do it; eventually everything will come to our hands.

Líló: Ìkilọ pe ki a ma kanju nidi ọran ti ko yẹ ki a kanju nipa rẹ̀ (şugbọn ti a nkanju nitori ihàra lati pari ohun na); bi a ba mu sũru ohun gbogbo yio tẹ 'ni l'ọwọ́.

Use: This is a warning to be patient, as this is the only way we can get our true rewards.

484. Ohun ti a ko ni jẹ a ki ifi run imu.

Translation: One should not sniff at what one is not going to eat.

Lílò: Ìkilọ pe ki a yẹra kuro nidi ohun ti a gbagbọ pe ko tọ, bibẹkọ a ki yio mọ ero wa nipa ohun na.

Use: A person should keep away from anything he does not approve of, otherwise he will be misjudged or misunderstood.

485. (a) Ọjọ ko ba ẹni kan ṣọrẹ, ẹni eji bá ni eji npa.
(b) Oniṣango ko mọ ẹni ọba, ọjọ ko mọ ẹni òwò, ọjọ iba mọ ẹni òwò, ki ba pa oniṣango ati ọlọya.

Translation: The rain is not a friend of anyone; it beats upon anyone it overtakes. The Ṣango worshipper does not recognise a person of royal rank, the rain does not recognise a person of honour; if the rain recognised persons of honour, it would not beat upon the worshippers of Ṣango and Ọya. (Ṣango is the God of Thunder and Ọya the Goddess of the Niger, so their worshippers should be respected by the rain.) **Lílò:** Ìkilọ pe ki a ṣọra nitori ko si ẹni ti o ga ju ofin, yala ti Ọlọrun tabi ti enia.

Use: These are proverbs stating that all men are equal in the eyes of the law.

486. 'Oju ko fẹra ku' ti o ta aja rẹ̀ li okõ, o ni bi o ba jẹ bẹ̃ ni nwọn nta a, nwọn o ma tun ara wọn ri.

Translation: 'Perhaps we shall meet again' says he

who sold his dog for twenty cowries, if that is how dogs are being sold we might see one another again.

Lílò: Ìkilọ ki a yẹra lati ra ọja àdimówó tabi ọjakọja ni òpòkú-iyokú nitori ọlọja na fẹ lọ owó kiakia; nigbati ara ba tu ọlọja na o le bẹrẹsi kun pe a fi ẹtan ra ọja on l'ọpọ, ọrọ na si le di ijọgbọn.

Use: When you are offered something at a ridiculously low price because the seller is hard-pressed for money, you should refuse to buy, because he will probably come back to complain after he has resolved his difficulties.

487. Okete fi ija ṣẹhin o de ọja o wa kawọ́ l'eri.

Translation: The bush rat did not fight when he ought; when he reached the market he folded his hands on his head. (Folding one's hands on one's head is a sign of sorrow or regret.) The dead bush rat is brought to the market hanging from a stick to which its front feet are tied.

Lílò: Ìkilọ pe ki a ma fi ihàra huwa ki a mã kabamọ kẹhin.

Use: This is a warning against useless regret and being wise after the event. It is no good shutting the stable door after the horse has escaped.

488. Olaja ni ifi ori gba ogbó.

Translation: The man who separates two people who are fighting always takes blows on his own head.

Lílò: Ìkilọ pe ki a ṣọra lati dasi ọran ti ko kan 'ni, ki o mà di t'ẹni, tabi ki a tilẹ j'ẹni niya nipa rẹ̀.

Use: A man should be careful about interfering in quarrels since he himself is likely to suffer.

489. Ole ni imọ ẹsẹ ole tọ lori apata.

Translation: It is a thief who can trace the footsteps of another thief on the rock.

Lílò: Ìkilọ pe awọn enia buburu a mã mọ nipa eté ati ọna buburu iru ẹni bi iwọn.

Use: One evil doer will know the methods of another evil doer. 'Set a thief to catch a thief.'

490. Ọlọgbọn ko tẹ ara rẹ̀ n'ifa, ọmọran ko fi ara rẹ̀ j'oye, ọbẹ ti o mu ko le gbẹ ēku idi rẹ̀.

Translation: The clever man cannot initiate himself into the Ifa cult, the man of affairs cannot appoint himself a chief, the sharpest knife cannot carve its own handle.

Lílò: Ìkilọ ki a mã ranti nigbagbogbo pe ogunlọgọ ọran ni o wa ti a ko le daṣe laisi iranlọwọ ẹlọmiran.

Use: There are many things in this world for which people require the help of others.

491. Ọmọ ti o ni ki iya on ma sùn, on na ko ni sùn.

Translation: The child who doesn't allow his mother to sleep will not sleep himself.

Lílò: Ìkilọ pe nipa fifa ẹni kan si ijọgbọn tabi wahala, oluwarẹ̀ pãpa le bọ si ijọgbọn.

205

Use: If you intend to make difficulties for others, you yourself will also be affected.

492. Ọmọ-araiye ko fẹ 'ni fọrọ afi ori ẹni.

Translation: The people of the world do not want you to be rich, only your destiny makes you rich.

Lílò: Ìkilọ pe ki a ṣọra nitori li ode-aiye ọpọlọpọ ko fẹ ki a nilari tabi ki a san ju wọn lọ.

Use: In this competitive world no one likes to see somebody else more successful than himself.

493. Onigẹgẹ fi ilẹkẹ da ọpọ; onibàtà ni ifi oju di ẹgún; ẹni ti a ba fẹ ni ifi oju di 'ni.

Translation: He who has a goitre offers a ridiculously low price for beads; he who wears shoes despises thorns; one with whom we are too familiar shows contempt for us.

Lílò: Ìkilọ nipa ẹni ti ohun kan ko to lọwọ, nitorina ti o ni ohun na ko nilari.

Use: Warning that one who cannot attain to a position should not try to belittle it.

494. Orule bo àjá mọlẹ, aṣọ bo ẹsẹ idi, awọ fẹrẹ bọ inu ko jẹ ki a ri iku aṣẹni.

Translation: The roof covers the ceiling, the clothes cover the bad part of the body, the thin skin which conceals the heart prevents us seeing the death planned by the secret plotter.

Lílò: Ìkilọ pe ki a ranti nigbagbogbo pe ayekaye ti a le wa, ohunkohun ti a le mã ṣe, ọpọlọpọ npete ninu ọkan ara wọn lati ja 'ni kulẹ, inu ọpọlọpọ ko si dun si 'ni.

Use: We should always remember that whatever we may be doing in whatever position we may find ourselves, there are those who, in their heart of hearts, do not wish us well.

495. Purọ ki o niyi èté ni ikẹhin rẹ̀.

Translation: Telling lies to have honour – disrespect is the end of it.

Lílò: Ìkilọ pe ki a ma nọga ju lati jẹ ẹni pataki, tabi lati jẹ ẹni nla nipa pipọn ara wa ju bi a ti mọ, nitori nigbati awọ na ba ya, a o di ẹni ẹgan ati iyọṣuti si.

Use: A person who tells lies to win respect will be disgraced when the truth at last comes out and his real position is known.

496. Ṣikaṣika gbagbe ajobi, adaniloro gbagbe ọla.

Translation: The wicked man forgets his blood relationship with others; a tormentor forgets the morrow.

Lílò: Ìkilọ ki a ranti pe oni l'ari a ko mọla; a le ṣaiwa l'ayè ti a wa l'oni titi; talaka l'oni le di ọlọrọ l'ọla; ẹni ti ko jamọ nkan l'oni le di ẹni pataki l'ọla.

Use: People should remember that circumstances are always liable to change. Those who are poor today may be rich tomorrow, and those who are present nobodies may in the future become people to be reckoned with.

497. Ṣiṣe roro, jijẹ ọfẹ; ṣe silẹ ni abọwaba.

Translation: To sow is difficult, to reap is free; what you sow today is what you reap tomorrow. Working is arduous, enjoyment is free; it is the result of previous action that we find on our return.

Lílò: Ìkilọ pe ki a yẹra lati jifà; ki a ṣe si ẹlọmiran bi a ti fẹ ki a ṣe si wa nitori bi a ba ti ṣe si ẹni kan l'oni ni ẹlọmiran yio ṣe si wa l'ọla (nigbamiran).

Use: Warning to avoid expecting things too cheaply; a man should try to treat others as he would like them to treat him. We must remember the biblical saying 'do unto others, as ye would they should do unto you'.

498. Werepe ko ni ibi kan ti a á gbamu, gbogbo ara ni ifi jọ 'ni.

Translation: The nettle has no place which we can grasp, it stings people with all its body.

Lílò: Ìkilọ pe ki a ṣọra lati ba ẹni ti o wa nipọ aṣẹ ati agbara huwa nitori a ko mọ ohun ti a le fi ṣe ẹ ki a si jẹ 'ni niya.

Use: Be careful not to try to take advantage of a person in authority as, when you think that you are safe, you may have offended him and so find yourself in trouble.

5

ENCOURAGEMENT (ÌṢÍRÍ)

499. Aja ti o pa ikun l'oni le pa ọya l'ọla, nitorina ki a ma binu pa aja.

Translation: The dog which kills a deaf squirrel today may kill a cane rat tomorrow, so we must not be angry and kill the dog. (The squirrel is worth little, but the cane rat is much prized.)

Lílò: Ìṣiri pe biotilẹjẹ ohun kekere ni enia ṣe yọri l'oni ki a ma binu si i, ẹni ti o ṣe kekere l'oni le ṣe nla l'ọla.

Use: He who has succeeded in a small way today should be encouraged; possibly he will achieve greater things in the future.

500. Apẹlẹhin ima ṣe imẹlẹ.

Translation: One who comes late but is no laggard.

Lílò: Ìṣiri pe ki a ma ṣemẹlẹ nidi iṣẹ.

Use: Encouragement to one who, although late to share in a common task, still works harder than the others.

501. Arinfã l'oju akẹgan' ayankaṣa l'oju abuni, abuni ko l'okowó n'ile ju ẹnu rẹ̀ lọ.

Translation: One who works at ease in the presence of slanderers, one who saunters carefree in the presence of revilers; a reviler has no twenty cowries as his capital at home beyond his mouth.

Lílò: Ọrọ iṣiri fun ẹni ti a ndalàmu laijẹbi tabi laisi idi pataki ti o fi yẹ ki a jẹ ẹ niya.

Use: This is said to encourage one who has been unjustifiably slandered or abused.

502. Ki iburuburu ko ma ku ẹni kan mọ 'ni; ẹni ti yio ku il a o mọ.

Translation: Things are never so bad that there remains nobody at our side; but we do not know who it is will remain. .

Lílò: Ọrọ iṣiri fun ẹni ti o wa ninu wahala tabi ti iṣoro pupọ wa niwaju rẹ̀ pe bi o ba foriti i iranlọwọ yio de li ọna ara ti ko ro tẹlẹ.

Use: Comment to encourage someone facing so many problems and difficulties that someone will turn up some time to give a helping hand.

503. Ki iku ma pa ẹni ti nda 'ni l'oro, ki oriṣa ma jẹ ki nkan ṣe ẹni ti nṣe 'ni nika; bi o pẹ titi ori ẹni a da 'ni l'are.

Translation: May death not kill the man who tortures us, may the gods protect the man who ill-treats us; however long it may be before our destiny will give us victory.

Lílò: Ọrọ iṣiri fun ẹni ti a nfi iya jẹ lainidi pe bi o ba rọju ti o foriti i yio ṣẹgun kẹhin. Use: People who are being ill-treated should have faith in their future, if they persevere.

504. Pipẹ ni yio pẹ akololo yio pe baba.

Translation: How ever long it will be the stammerer will call baba (father). (The word ba is the first syllable in Yoruba language; it is also the first effort to say a syllable by many who are dumb or who stammer, and by children learning to speak.)

Lílò: Ọrọ iṣiri fun ẹni ti o wa ninu wahala pe bi o ba pẹ titi bi o ba rọju yio ṣẹgun; fun ẹni ti o ni aniyan pupọ pe yio ṣẹgun nikẹhin. Use: However long a thing may take, with patience the goal will ultimately be achieved.

APPENDIX

A SHORT STORY IN YORUBA PROVERBS

Here is a short narrative in which a proverb is given answering to each turn in the story. These proverbs could be used to sum up ideas and thoughts in certain situations. Of course, each proverb used here could be applied to other situations as well.

Ojo and Aina were husband and wife. *Ọjọ ati Aina jẹ tọkọtaya.*

Ojo consulted his wife. *Agbajọ ọwọ l'a ifi sọ aiya*

About going to another town to trade. *Ara ajẹ ni iya wa.*

They decided on Ibadan. *Ibadan ki igbe onilẹ bi ajeji.*

They moved to Ibadan. *Ajẹjẹ́ ọwọ kan ko gbe igba de ori.*

They worked hard. *Apa l'ara igbọnwọ ni iyẹkan.*

They succeeded. *Iṣẹ in õgun iṣẹ.*

Ojo became wasteful. *Apà ko mọ pe ohun pọ yio tan*

Drinking palm wine daily. *Ọmuti on were ẹgbẹra.*

Ojo's friends blamed *Aina Ìkàté fori gbùsì, ohun npeja wa* for Ojo's conduct. *nisalẹ omi.*

Aina was grieved. *Aròkan ni ibi asunda.*

She threatened to divorce him. *Bi ọwọ ko ṣe ṣan, a ka a leri.*

213

Aina divorced him. *Bi iyawo ọlẹ dagba olówó ni igbe.*

Ojo lost his friends. *A ki idago fun ẹlẹsin ana.*

But Ojo would not let Aina go *Oni l'ẹgbọn ọla, iri wọwọ* without a protest. *l'ẹgbọn òjò, ibi ẹni li a á pa ọmọ alakara si.*

But it was too late. *Ẹjọ ti lọ, òwèrè l'o ku.*

Ojo gave up trying to get her back. *Fija fun Ọlọrun ja fi ọwọ l'ẹran.*

He became reconciled to the situation. *Aṣẹṣẹ wọn ọlọgbọ ni ijïya.*

Ojo mended his ways and his *Bi oni ti ri ọla ki iri bẽ ni* fortunes changed for the better. *Babalawo ṣe ndifa ọrõrún.*

Aina changed her mind and *Aja ki iroro ki o sọ ojule meji.* wanted to return to Ojo.

But Ojo would not have Aina back. *Kukute kan ki ifọ 'ni l'epọ lẹrinmeji.*

Aina became very sorry for herself. *Okete fi ija ṣẹhin o dọja o kawọ́ leri.*

Ojo got his dowry back. *Bi ẹbiti ko pa eku a fi ẹyin fun ẹlẹyin.*

214